सकाळ प्रकाशन

गंधार

मैत्री.. संगीताशी

सायली पानसे- शेल्लीकेरी

प्रसिद्ध गायिका व लेखिका

सायली पानसे -शेल्लीकेरी यांनी त्यांची आई सौ. कुंदा पानसे यांच्याकडे शास्त्रीय संगीताचे प्राथमिक शिक्षण घेतले. पुढे प्रसिद्ध गायिका पं. आरती अंकलीकर – टिकेकर व पं. अरविंद थत्ते यांच्या शिष्या म्हणून त्या नावारूपाला आल्या. गांधर्व महाविद्यालयाची संगीत विशारद ही पदवी घेतल्यानंतर पुणे विद्यापीठातर्फे शास्त्रीय संगीतात पदव्युत्तर शिक्षण त्यांनी पूर्ण केले. शास्त्रीय तसेच ललित संगीतावर आधारित अनेक स्थानिक, राज्यस्तरीय तसेच राष्ट्रीय स्पर्धांमध्ये त्यांनी आपल्या गायकीचा स्वतंत्र ठसा उमटवला. देशात व परदेशांत होणाऱ्या अनेक सांगीतिक कार्यक्रमात त्यांचा सहभाग असतो. अत्यंत लोकप्रिय ठरलेल्या 'सारेगमप' कार्यक्रमाच्या अंतिम फेरीमध्ये पोहोचलेल्या स्पर्धकांमध्ये त्यांचा समावेश होता. 'धन्य धन्य भीमा तीर', 'रोमांच', 'बेडकांची जिम', 'आनंदात नाहलो', 'मैं तो जोगी' अशा अनेक म्युझिक अल्बम्समध्ये गानसहभाग. सह्याद्री वाहिनीचा महाराष्ट्र संगीत रत्न पुरस्कार, स्वामी समर्थ गुण गौरव पुरस्कार, पं. वसंतराव देशपांडे युवा गायिका पुरस्कार, पं. पिंपळखरे पुरस्कार, माणिक वर्मा पुरस्कार अशा असंख्य नामांकित पुरस्कारांच्या त्या मानकरी आहेत.

गंधार
मैत्री संगीताशी

सायली पानसे - शेल्लीकेरी

सकाळ प्रकाशन

सकाळ प्रकाशन

Gandhar

Maitri Sangeetashi

गंधार

मैत्री संगीताशी

© **सायली पानसे - शेल्लीकेरी**

६०५ धन्वंतरी, रामबाग कॉलनी, एमआयटी कॉलेज रोड, कोथरूड, पुणे ३८

सकाळ मीडिया प्रा. लि.,

५९५, बुधवार पेठ, पुणे - ४११ ००२

०२०-२४४० ५६७८/८८८८८ ४९०५०

www.sakalmediagroup.com | sakalpublications.com

sakalprakashan@esakal.com

प्रथम आवृत्ती : मे २०२१

ISBN : 978-93-89834-54-3

संपादन : ऐश्वर्या कुमठेकर

मुखपृष्ठ व मांडणी : मधुमिता शिंदे

अक्षरजुळणी : यशोधन लोवलेकर

अभिजात संगीताच्या विविध पैलूंचे दर्शन

पं. आरती अंकलीकर-टिकेकर
शास्त्रीय संगीत गायिका

जागतिक संगीत विश्वात भारतीय शास्त्रीय संगीताला एक विशिष्ट स्थान आहे. आपल्या मातीशी आपले नाते प्रस्थापित करणारा दुवा म्हणजे आपली संस्कृती. अभिजात शास्त्रीय संगीत हा त्या संस्कृतीचा अविभाज्य घटक आहे. आपल्या मातीशी नाते दृढ करण्यासाठी प्रत्येक व्यक्तीला अभिजात संगीताची थोडीफार ओळख असणे गरजेचे आहे. अभिजात संगीत हा विषय अत्यंत सखोल आणि गंभीर स्वरूपाचा आहे. त्याचा आकृतिबंध, रचना साकाराकडून निराकाराकडे नेणारी आहे. असा विषय सर्वसामान्यांपर्यंत पोहोचवणे हे एक शिवधनुष्यच!

एकाच वेळी लाखो वाचकांसमोर एखादा विषय मांडण्यासाठी वृत्तपत्रासारखे प्रभावी माध्यम नाही. दैनिक सकाळ आणि सायली पानसे-शेल्लीकेरी यांच्या सहयोगातून हा विषय उत्तमरीत्या जनसामान्यांपर्यंत पोहोचला, त्याबद्दल त्या दोघांचे मन:पूर्वक अभिनंदन!

गेली अनेक वर्षे सायली शास्त्रीय संगीताचा अभ्यास करत आहे. अनेक मैफिलींमधून तिने आपली कला सादर करून लोकप्रियता मिळवली आहे. तिचा हा सांगीतिक अनुभव तिने अभ्यासपूर्ण शैलीमध्ये तरीही सोप्या शब्दांत लोकांपर्यंत पोहोचवला आहे. अभिजात संगीत शिक्षणातील महत्त्वाचे टप्पे- विद्याग्रहण, आवाज साधना, बौद्धिक आणि मानसिक तयारी, मनन-चिंतन आणि कलाविष्काराशी संलग्न इतर अनेक विषय या सर्व घटकांचा समावेश तिच्या लेखनात झालेला दिसतो. याच अनुषंगाने अभिजात संगीताचे आणखी अनेक पैलू व त्यांचे विवेचन तिच्या लेखांमधून उलगडले आहेत. या लेखांमधून एक सच्चा रसिक तयार व्हावा यासाठी नक्कीच महत्त्वाचे पाऊल उचलले गेले आहे.

सायलीला तिच्या सांगीतिक वाटचालीसाठी मन:पूर्वक शुभकामना ! धन्यवाद !

संगीत आणि वाचकांदरम्यान ठेवलेला लोलक!

अवधूत गुप्ते
संगीतकार व गायक

मला आजही ' सा रे ग म प'चं ते पर्व आठवतं, ज्यामध्ये 'सायली पानसे – शेल्लीकेरी' नावाची एक हसतमुख चेहऱ्याची आणि गोड गळ्याची गायिका अवतीर्ण झाली आणि तिनं स्वतःच्या पहिल्याच सुरावटींमधून संपूर्ण श्रोतृवर्गाला जिंकून घेतलं. केवळ एक गायिका म्हणून नव्हे, तर एक पर्सनॅलिटी म्हणून देखील समोरच्याला उत्सुक करणारी अशी ही गायिका! त्यावेळी तिचं वय जेमतेम विशीतलं होतं, तरी तिची गाण्यातली समज, तिचा अभ्यास हा अतिशय पोक्त वयाचा होता. सायलीची ही समज तिने अतिशय योग्य प्रकारे पुढे सिद्ध करुन दाखवली आहे. गाण्यात तर तिने ठराविक उंची गाठलीच, पण तिच्या विचारांमधील प्रगल्भता तिने शब्दांमधून व्यक्त केली. तिच्या लिखाणातून तिचा अभ्यास दिसतो, पण त्याचबरोबर तिची लिखाणाची शैली, सोपं करुन समजावण्याची हातोटी, प्रवाहीपणा वाचणाऱ्याला थक्क करुन सोडतो. तिच्या या अभ्यासाला शास्त्राची बैठक तर आहेच, पण त्यात संशोधनाची खोली देखील आहे.

संगीतातल्या विविध विषयांकडे जेव्हा ती बघते आणि तो विषय समोरच्या माणसाला समजावून सांगते, तेव्हा तिच्यामध्ये आणि संगीतामध्ये प्रिझम (लोलक) ठेवल्याचा भास होतो. संगीताच्या विविध माध्यमांमधून संगीताची मुबलक माहिती वाचकांना मिळत असते. परंतु सायलीच्या लिखाणातून मात्र एका लोलकाप्रमाणे त्या संगीताचं पृथक्करण होत असतं. तिचं हे पुस्तक वाचून संगीतामधलं आपल्याला नक्की काय भावतं आहे, का भावतं आहे, का भावायला हवं, कशाप्रकारे अधिक भावेल याचा अभ्यास आपण तिच्या नजरेतून आपसूक करायला लागतो.

सायलीचं संगीतावरचं हे पहिलंच पुस्तक आहे. पुढे अशा अनेक पुस्तकांचा लाभ वाचकांना मिळो, अशी सदिच्छा मी व्यक्त करतो. प्रत्येकाने संगीताशी केलेली ही मैत्री पुढील पुस्तकांमधून अधिक घनिष्ठ होवो. या पुस्तकासाठी सायलीला खूप शुभेच्छा आणि सकाळ समूहाचे मनापासून आभार.

प्रस्तावना

पं. रघुनंदन पणशीकर
शास्त्रीय संगीत गायक

सर्वसाधारणपणे, कलाकार जेव्हा कलेचे प्रस्तुतीकरण करतो, तेव्हा संगीत कळणाऱ्या आणि न कळणाऱ्या श्रोत्यांना सारखाच आनंद मिळत असतो. जाणकार त्यातले बारकावे जाणून त्याचा आनंद घेतात आणि बाकीचे नुसता श्रवणानंद घेतात. परंतु संगीत न कळणाऱ्यांचे प्रश्न मात्र अनुत्तरितच राहतात. कुठला राग चालला आहे किंवा गायनाचा कुठला प्रकार चालू आहे ते त्यांना समजत नाही; पण हे सर्व समजून घ्यायची इच्छा मात्र खूप असते.

श्रोत्यांची ही निकड लक्षात घेऊन सायली पानसे-शेल्लीकेरी हिने योग्य ती पावले उचलली आणि सकाळ दैनिकाच्या 'सप्तरंग' पुरवणीच्या माध्यमातून श्रोत्यांच्या ज्ञानजागृतीचा अतिशय उत्तम प्रयत्न केला. या उपक्रमाचा उपयोग सर्व श्रोत्यांना व जाणकारांना निश्चितच झाला आहे. त्याबद्दल मी तिचे अभिनंदन करतो.

शास्त्रीय संगीत व उपप्रकार (ख्याल, धृपद, नाट्यसंगीत, भक्तिगीत इत्यादी) यांची अतिशय सांगोपांग चर्चा तिच्या लेखमालेमध्ये केलेली आहे. तसेच रियाज कसा करावा, आवाजाची पथ्ये कोणती व कशी सांभाळावीत, ताल- विज्ञान, स्वर-विज्ञान, रसभाव विचार, गुरू-शिष्य परंपरा, मानवी मनावर व शरीरावर होणारे संगीताचे सुयोग्य परिणाम, सादरीकरण आणि या सर्वांचा गाभा म्हणजे सौंदर्यानुभूती कशी घ्यावी याचे सटीक विवेचन केल्यामुळे या लेखनाचा स्तर हा वेगळ्याच उंचीवर जात आहे. या लेखनाकरिता सायलीने अनेक लहान-थोर कलाकारांना भेटून त्यांच्याशी सखोल चर्चा केलेली आहे, याला मी साक्ष आहे.

ही सर्व लेखमाला पुस्तकरूपाने सकाळ प्रकाशनातर्फे सर्व श्रोत्यांचा पुन्हा भेटीला

येत आहे. यासाठी सकाळ प्रकाशनाचे आभारच मानले पाहिजेत.

या लेखमालेमुळे श्रोत्यांची जबाबदारी आणि समज निश्चितच वाढली आहे. गाणे ऐकून त्याचा निव्वळ आनंद मिळवणे हे तर संगीताचे मूळ आहेच; परंतु, संगीताच्या अधिक प्रसारासाठी श्रोतृवृंद, शिक्षक, विद्यार्थी आणि जाणकार यांची चर्चासत्रे आयोजित व्हावीत यासाठी सर्वांनी प्रयत्न करणे आवश्यक आहे. या संदर्भातील एकच छोटी गोष्ट सांगायची इच्छा होते.

तीन–चार वर्षांपूर्वी अमरावतीला अंबा महोत्सवामध्ये मी गायलो होतो. मी 'यमन' राग सादर केला. कार्यक्रमाच्या जवळजवळ पंधरा दिवसांनी एक आयोजक, श्री. नवसाळकर यांचा फोन आला, की 'तुमचा 'यमन' अप्रतिम झाला!' त्या वर्षीच्या चर्चासत्रात त्यांनी मी गायलेला 'यमन' अभ्यासासाठी घेतला होता. हा माझ्या गुरूंनी केलेल्या संस्कारांचाच बहुमान आहे असे मी समजतो.

यावरून संगीत विषयांवर चर्चा होणे हे किती महत्त्वाचे आहे हे आपल्या लक्षात येईल. म्हणजेच कलाकार व श्रोते यांच्यातील दरी कमी व्हायला हवी आणि हाच प्रयत्न सायलीने केल्यामुळे सायलीला खूप मनापासून शुभेच्छा! असेच चांगले उपक्रम तिच्याकडून होत राहोत.

धन्यवाद !

उपोद्घात

शास्त्रीय संगीत ऐकायला खूप आवडते, पण कळत काहीच नाही, अशा सर्व श्रोत्यांसाठी किंवा संगीत कसे ऐकावे आणि त्याचा आनंद कसा घ्यावा, हे सर्वांना समजण्यासाठी शास्त्रीय संगीताबद्दल काही लिहावे, असे खूप दिवस मनात होते. तसे प्रत्यक्षात उतरले आणि 'सकाळ'च्या 'सप्तरंग' या पुरवणीमधून वर्षभर लेख लिहिण्याची संधी मिळाली. वर्षभर लेख लिहिणे हे तेवढे सोपे काम नव्हते. शिवाय भारतीय शास्त्रीय संगीत या विषयावर तांत्रिक, अभ्यासपूर्ण आणि कंटाळवाणे न लिहिता, विषय सोपा करून, जास्तीत जास्त सर्वसामान्य श्रोत्यांपर्यंत पोहोचवणे हे तसे अवघडच काम होते. एवढी मोठी जबाबदारी नक्की पेलवेल का आणि शास्त्रीय संगीताचा अभ्यास नसलेल्या वाचकांनाही समजेल एवढे विषय लिहिता येतील का, अशी शंका मनात होती; पण वर्षाअखेरीस शास्त्रीय संगीताला अनेक नवीन कानसेन मिळतील आणि त्याबद्दल कुतूहल असलेल्या रसिकांना अधिक गोडी निर्माण होईल हा विचार करून ५२ लेखांमधून शास्त्रीय संगीताबद्दल लिहायचे ठरवले. संगीत हा खरे पाहता शब्दांत विषद करून सांगण्याचा विषय नाही; तरीदेखील गायक आणि श्रोते यांच्यातील दरी कमी करण्यासाठी हा लेखनप्रपंच केला गेला. वर्षभर दर रविवारी लेख लिहीत शास्त्रीय संगीतावरचे अनेक विषय सदरातून मांडले गेले. सदराला वाचकांचा उत्तम प्रतिसाद मिळाला. या सगळ्या लेखांचे पुस्तक स्वरूपात संकलन व्हावे अशी इच्छा अनेक वाचकांनी व्यक्त केली आणि म्हणून सगळ्या संगीतप्रेमींसाठी 'सकाळ'तर्फे हे पुस्तक छापण्याचा निर्णय घेतला गेला. संगीताची प्राथमिक तोंडओळख करून देणे हा प्रस्तुत पुस्तकाचा प्रामाणिक प्रयत्न आहे.

गीतप्रकार, राग, स्वर-ताल, मैफल, काव्य अशा अनेक गोष्टी या पुस्तकामधून अधिक उलगडत जातील. शास्त्रीय संगीताचं पूर्वीचं रूप आणि काळानुरूप झालेले बदल, कलाकार, साथीदार, त्यांची कलेतील देवाणघेवाण अशा अनेक विषयांचा आढावा या पुस्तकामध्ये घेतला आहे. कलाकाराचे आयुष्य आणि त्याच्याबद्दल श्रोत्यांना वाटणारी उत्सुकता याबद्दल या पुस्तकातून जाणून घेता येईल. पुस्तकामध्ये शास्त्रीय संगीताच्या माहितीबरोबर, एक कलाकार म्हणून माझे वैयक्तिक अनुभव आहेत,

श्रोत्यांकडून कलाकाराच्या असलेल्या अपेक्षा आहेत आणि कलाकाराचे व्यावसायिक आणि खासगी अनुभवदेखील आहेत.

पुस्तकाच्या माध्यमातून शास्त्रीय संगीताबद्दलचे अनेक पैलू नव्याने कळतील. मैफल ऐकताना त्यातले बारकावे समजतील आणि नक्की काय ऐकायचे आणि कसा आस्वाद घ्यायचा हे समजेल. यापुढची प्रत्येक मैफल अधिक आनंद देऊन जाईल.

तसे पाहता संगीत विषयावर अनेक पुस्तके उपलब्ध आहेत; पण ती सर्व विद्यार्थ्यांच्या दृष्टीने किंवा संगीताचा अभ्यासक या दृष्टीने लिहिलेली आहेत. या उलट, हे पुस्तक सर्वसामान्य लोकांना शास्त्रीय संगीताकडे आकृष्ट करण्यासाठी लिहिलेले आहे. गोष्ट शिकवल्याने जास्त समजते आणि डोक्यात अधिक पक्की होते, याचा अनुभव प्रत्येक लेख लिहिताना मी घेतला. शिवाय, क्लिष्ट विषय सोप्या भाषेत कसा मांडायचा, वाचकांचं लक्ष भरकटू न देता लेख कसा मनोरंजक करायचा याचा अंदाज लेखागणिक येऊ लागला आणि लेखिका म्हणून माझा अनुभव समृद्ध होत गेला.

सकाळ वृत्तपत्राच्या 'सप्तरंग' या पुरवणीत दर रविवारी प्रसिद्ध होणाऱ्या विविध सदरांमध्ये शास्त्रीय संगीत या विषयावर एक सदर असावं अशी इच्छा होती. माझी विनंती तत्काळ मान्य करून 'सप्तरंग' या पुरवणीत मला दर रविवारी लेख लिहिण्याची संधी दिल्याबद्दल सकाळ वृत्तपत्राचे मनापासून आभार.

प्रसिद्ध झालेल्या सर्व लेखांना वाचकांचा उत्स्फूर्त प्रतिसाद मिळाला. वाचकांनी उत्तमोत्तम प्रतिक्रिया दिल्या आणि त्यातून लिखाणाला प्रोत्साहन मिळाले, त्याबद्दल सर्व वाचकांचे मनापासून आभार.

हे सगळे लेख लिहिण्यात, माझ्या आईवडिलांची अतिशय मोलाची साथ होती. लेख तपासून बघण्याचे आणि त्यात योग्य ते बदल करण्याचे महत्त्वाचे काम त्यांनी केले. हेमकांत नावडीकर यांनीही सुरुवातीचे अनेक लेख लिहिण्यासाठी मार्गदर्शन दिले.

सर्व लेखांचे संकलन करून त्याचे पुस्तक व्हावे अशी अनेक वाचकांनी इच्छा व्यक्त केली आणि शेवटचा लेख प्रसिद्ध होण्यापूर्वी सकाळ प्रकाशन समूहातर्फे पुस्तकाचे काम सुरू झाले. पुस्तक कसे असावे, त्याचे मुखपृष्ठ, त्यातील चित्रे या सर्व गोष्टींवर योग्य मार्गदर्शन देऊन पुस्तक उपलब्ध करून दिल्याबद्दल सकाळ प्रकाशन समूहाचे मनापासून आभार. हे पुस्तक वाचकांच्या पसंतीस उतरेल आणि शास्त्रीय संगीताचा प्रसार होऊन एक नवीन जाणकार श्रोता मिळेल अशी आशा करते. धन्यवाद!

– सायली पानसे – शेल्लीकेरी

अनुक्रमणिका

अनुक्रमणिका

अभिजात संगीत

शास्त्रीय संगीताची मैफल ऐकून निनादची अगदी भारावल्यासारखी अवस्था झाली होती. गवयाचे ते धीरगंभीर तेजस्वी स्वर, लडिवाळ हरकती आणि धबधब्यासारख्या खळाळणाऱ्या तानांनी तो नि:शब्द झाला होता. रोजच्या धावपळीमधून आज खऱ्या अर्थाने तो रिलॅक्स झाला. मैफिलीतून आनंद मिळाला, पण त्यातून त्याला काहीच आकलन झाले नव्हते. त्या कलेचा जास्तीत जास्त आनंद मिळवण्यासाठी त्याचे ज्ञान अपुरे होते. संपूर्ण पृथ्वीतलावर ज्या परंपरेचे कौतुक होते, ते समजून घेण्याची इच्छा असूनही त्याला त्याबद्दल काही करता येत नव्हते.

खरंच, निनादसारखे अनेक रसिक आज शास्त्रीय संगीताच्या निर्भेळ आनंदापासून वंचित आहेत.

भारतीय संस्कृतीला संगीताची खूप मोठी परंपरा लाभलेली आहे. अगदी वैदिक ग्रंथसंपदेमध्ये संगीताचा उल्लेख सापडतो. हिंदू परंपरेत असे मानले जाते की, नारदमुनींना ब्रह्मदेवांकडून संगीताचे वरदान मिळाले. तेव्हापासून संगीत सर्वसामान्य लोकांच्या आयुष्याचे अविभाज्य घटक बनले आहे. अगदी लहानपणापासून संगीताशी आपले अतूट नाते निर्माण होते. जन्मत:च बाळ टाहो फोडते आणि तिथेच त्याची स्वरांशी नाळ जोडली जाते. हृदयाच्या ठोक्यांमधून लय निर्माण होते. आपण चालतो तेही अतिशय तालबद्ध. ही लय चुकली की पाय अडखळलाच म्हणून समजा!

आपल्या आजूबाजूला असलेल्या निसर्गातदेखील स्वर आणि लय भरून राहिलेली आहे. पावसाची संततधार, शांत वाहणारी नदी, खळाळणारा धबधबा, पक्ष्यांचा चिवचिवाट, कोकिळेचे कूजन यांमधून निर्माण होणारे संगीत सर्वांना कायमच मोहिनी घालत आले आहे. लहानपणी चालीवर म्हटलेल्या कविता आणि श्लोक, घोकलेले पाढे, जात्यावरच्या ओव्या, मनोभावे म्हणलेल्या आरत्या हे सर्व संगीतच! संगीताची आवड असो वा नसो, आपल्या प्रत्येकाचे संगीताशी अत्यंत जवळचे नाते आहे, असे म्हटल्यास वावगे ठरणार नाही.

पूर्वी संगीत फक्त आत्मरंजनाची कला समजली जात असे. गायक केवळ परमेश्वरासाठी किंवा स्वत:च्या आनंदासाठी गायचे. त्यानंतर संगीताला राजाश्रय मिळाला आणि हळूहळू आत्मरंजनाची जागा मनोरंजनाने घेतली.

याच्याशी निगडित एक आख्यायिका प्रसिद्ध आहे.

अकबर बादशहाच्या दरबारातील नवरत्नांमध्ये तानसेन हा राजगायक होता. आपल्या स्वरांनी नेहमीच तो अकबर बादशहाला मोहिनी घालत असे.

एक दिवस बादशहाला प्रश्न पडला, 'तानसेनचं गाणं ऐकून देहभान हरपून जातं, तर त्याच्या गुरूंचं गाणं ऐकून काय होत असावं?' जिज्ञासा पूर्ण करण्यासाठी तानसेन अकबर बादशहाला घेऊन वनात गेला आणि गुरू हरिदासांचे गाणे ऐकवले. गाणे ऐकून बादशहा अत्यंत प्रभावित झाला. दरबारात गेल्यावर त्याने तानसेनाला विचारले, 'तुझ्या गुरूंनी शिकवलेलंच तू गातोस, तरी तुझ्यापेक्षा तुझ्या गुरूंचं गाणं कितीतरी प्रभावी आहे. तुझ्या आणि तुझ्या गुरूंच्या गाण्यामध्ये जमीन-अस्मानाचा फरक कसा?'

त्यावर तानसेनाने अत्यंत नम्रपणे उत्तर दिले, ''मी या पृथ्वीवरच्या बादशहासाठी गातो आणि माझे गुरू या ब्रह्मांडाच्या बादशहासाठी गातात. दोघांच्या गायकीमध्ये फरक तर असणारच ना?''

काळाच्या ओघात संगीतकलेला असलेला राजाश्रय संपुष्टात आला आणि सामान्य लोकांसाठी संगीत मैफिलींचा खरा प्रारंभ झाला. आत्मरंजनापासून सुरुवात झालेल्या या कलेने अल्पावधीतच लोकरंजनाच्या दृष्टीने विशेष स्थान मिळवले. मनाला प्रसन्नता देणाऱ्या या कलेने अनेक रसिक निर्माण केले. काही श्रोत्यांनी समजून-उमजून कलेचा आनंद घेतला, तर काही श्रोते न समजता त्या महासागरात आनंदाने विहार करू लागले. संगीताला रसिकांचे कायमच उदंड प्रेम मिळाले. चौसष्ट कलांमध्ये संगीत ही सर्वश्रेष्ठ कला मानली गेली आहे. असे असले तरी शास्त्रीय संगीत हे कायमच एका ठरावीक वर्गापुरते मर्यादित राहिले. शास्त्रीय संगीताच्या तुलनेत उपशास्त्रीय संगीत, सुगम संगीत, नाट्यसंगीत, लोकसंगीतासारखे प्रकार श्रोत्यांना अधिक रुचले.

या मागे अनेक कारणे असली, तरी मुख्य कारण असे, की शास्त्रीय संगीत सर्वसामान्य लोकांच्या आकलनाच्या बाहेर राहिले आहे. ते अत्यंत क्लिष्ट, अवघड आणि समजायला कठीण आहे असा गैरसमज श्रोत्यांमध्ये दिसून येतो. प्रसंगी गायकही त्याची महती पटवून देण्यासाठी तसे बिंबवताना दिसतात. प्रत्यक्षात, कुठल्याही कलेमध्ये शरणागतता, समर्पण हे गृहीतच आहे. एखादी कला आपल्या अंगी भिनवायला अनेक कलाकारांनी आपले संपूर्ण आयुष्य खर्च केलेले आपण बघतो.

आज भारतात आणि भारताबाहेर संगीताच्या अनेक मैफिली होत असतात.

परदेशामध्ये आपल्या भारतीय शास्त्रीय संगीताबदल प्रचंड प्रमाणात कुतूहल दिसून येते. भाषा न समजणारे श्रोतेही शास्त्रीय संगीताचा आनंद लुटताना दिसतात; कारण कला समजून न घेताही तिचा आनंद घेता येतोच.

आजकाल संगीत महोत्सवांना अभूतपूर्व गर्दी होत असते, पण येणाऱ्या बहुतांश श्रोत्यांना त्या कलेचे फारसे ज्ञान नसते. केवळ त्या कलेच्या प्रेमापोटी ते आलेले असतात. मैफिलीत सादर होणारा राग, त्याची साधारण माहिती यांबद्दल श्रोत्यांना उत्सुकता असते; पण त्याबद्दल माहिती मिळवणे अनेक कारणांमुळे त्यांना शक्य नसते. कलाकार प्रत्यक्ष भेटला, तरी त्याबद्दल जाणून घेणे शक्य नसते. अनेक वेळा संगीत शिकायची इच्छा असूनही रोजच्या धकाधकीच्या जीवनात वेळ मिळत नाही आणि केवळ समजून घ्यायचे तर नक्की कुठून आणि कशी सुरुवात करावी हे कळत नाही.

संगीत ही गुरुमुखी विद्या असल्याने ती केवळ पुस्तके वाचून येत नाही. आजकालच्या तांत्रिक युगामध्ये अनेक माध्यमे उपलब्ध आहेत; परंतु त्यामधून मिळणारी माहिती इतकी विस्तृत आणि तांत्रिक असते, की श्रोत्याला त्याचा नक्की उलगडा होत नाही आणि श्रोत्यांची जिज्ञासा तशीच राहून जाते.

शास्त्रीय संगीताचे स्वरूप काळानुरूप बदलत आहे. रात्ररात्र रंगणाऱ्या मैफिली आता लुप्त झाल्या आहेत. तासन्‌तास रंगणारी मैफल आता वेळेच्या बंधनात अडकली. गायकांना मनसोक्त गायची मुभा मिळेनाशी झाली. एवढेच नव्हे, तर एकच कलाकार तीन तास ऐकण्याची सवयही आता कमी होत आहे. हे असेच होत राहिले, तर शास्त्रीय संगीतात दिवसेंदिवस आमूलाग्र बदल होत राहतील आणि त्याचे मूळ स्वरूप हरवून जाईल. असे होऊ नये म्हणून शास्त्रीय संगीत जास्तीत जास्त लोकांपर्यंत पोहोचणे महत्त्वाचे आहे. त्यातून मिळणारा आनंद प्रत्येकाने अनुभवणे गरजेचे आहे. कुठलीही गोष्ट शिकण्याला वयोमर्यादा नसते. याचे एक उत्तम उदाहरण म्हणजे प्रसिद्ध साहित्यिक तात्यासाहेब उर्फ साहित्य सम्राट न. चिं. केळकर यांचा अनुभव.

निवृत्तिनंतर गाणे शिकण्याच्या हेतूने मा. न. चिं. केळकर एका संगीत शिक्षकांकडे गेले. त्यांचे वय बघता शिक्षक थोडे नाराज झाले आणि त्यांनी केळकरांना विचारले, ''इतक्या उशिरा गाणं शिकून तुम्ही करणार तरी काय?'' यावर केळकरांनी उत्तर दिले, ''मला गाणं शिकण्यासाठी उशीर झाला खरा, पण मी या जन्माची नाही, तर पुढच्या जन्माची तरतूद करत आहे.''

आज अनेक शाळांमध्ये शास्त्रीय संगीताची ओळख करून दिली जाते. त्याची गोडी निर्माण करून पहिल्या दोन परीक्षाही दिल्या जातात. अगदी प्रत्येक जण पुढे जाऊन

गायला नाही, तरी या उपक्रमांमधून एक सच्चा रसिक नक्कीच तयार होईल आणि त्याचा शारीरिक आणि मानसिक पातळीवर नक्कीच फायदा मिळेल. या संगीताचा परिणाम केवळ माणसांवरच नाही, तर वनस्पती आणि प्राण्यांवरसुद्धा होत असतो.

शास्त्रीय संगीताला जास्तीत जास्त रसिक मिळवून देणे ही जबाबदारी जशी ऐकणाऱ्यांची आहे, तशीच गायकांचीदेखील आहे. आपण गातो ते अत्यंत अवघड, अनाकलनीय किंवा क्लिष्ट आहे असा आभास निर्माण करणे, म्हणजे रसिकांना आपल्या कलेपासून दूर नेणे आहे. आपण गातो ते साहित्य लोकांना न समजणे, म्हणजे त्यांना त्याचा आनंद मिळू न देणे आहे. श्रोत्यांच्या आवडीप्रमाणे आपल्या राग प्रस्तुतीकरणाचे स्वरूप बदलणे म्हणजे त्याच्या मूळ स्वरूपाशी प्रतारणा करणे आहे.

शास्त्रीय संगीताचा श्रोता टिकून राहणे किंबहुना तो वाढणे ही गायकांची मोठी जबाबदारी आहे. ते अत्यंत सुंदर, मनाला शांतता देणारे आणि प्रफुल्लित करणारे असून हा अनुभव गायकांनी श्रोत्यांना देणे गरजेचे आहे. आपण अनुभवत असलेला आनंद श्रोत्यांना मिळवून देणे हाच खरे तर सादरीकरणाचा उद्देश असायला हवा. तरच शास्त्रीय संगीत सर्व स्तरांतील श्रोत्यांवर रुंजी घालेल.

पु.लं.नी म्हटले आहे, ''उपजीविकेसाठी आवश्यक असणाऱ्या विषयाचं शिक्षण जरूर घ्या; पण एखाद्या तरी कलेशी मैत्री जमवा. कारण पोटापाण्याचा उद्योग तुम्हाला जगवेल; पण कलेशी केलेली मैत्री तुम्हाला का जगायचं हे सांगून जाईल.''

धृपद

'गीतं वाद्यं तथा नृत्यं त्रयं संगीतम्युचते' असे शास्त्रात म्हटले आहे. गायन, वादन आणि नृत्य या स्वतंत्र कला असल्या, तरी 'संगीत' या संज्ञेमध्ये या तिन्ही कलांचा समावेश मानला जातो; कारण या तिन्ही कला एकमेकांना पूरक आहेत. त्यामुळेच कुठल्याही संगीत महोत्सवात कंठसंगीताबरोबर वाद्यसंगीत आणि नृत्यप्रस्तुती यांचाही समावेश असतो. प्रस्तुत पुस्तकामध्ये मुख्यत: आपण शास्त्रीय संगीताबद्दल माहिती मिळवणार आहोत.

भारतीय संस्कृतीमध्ये संगीताला खूप महत्त्व आहे. प्राचीन काळापासून धार्मिक आणि सांस्कृतिक परंपरांमध्ये संगीताचा अभ्यास आणि वापर केलेला आहे. ईश्वराच्या जवळ जाण्याचे एक सोपे साधन म्हणून संगीताकडे पाहिले जाते. म्हणूनच संगीत हा भारतीय संस्कृतीचा आत्मा मानला जातो. संगीतासाठी आयुष्य ओवाळून टाकलेला कलाकार असो किंवा शास्त्रीय संगीताची मैफल ऐकणारा सर्वसामान्य रसिक असो, संगीत ऐकताना प्रत्येकाला कायम आनंदाचीच अनुभूती होत असते.

शास्त्रीय संगीताचा इतिहास अगदी सामवेदापासून किंवा गंधर्वगानापासून नाही बघितला, तरी धृपदापासून आजच्या रागसंगीताची उत्पत्ती झाली, हा इतिहास अनेक जणांना माहीत असेल. धृपद गायन ही भारतीय शास्त्रीय संगीताची एक समृद्ध आणि पारंपरिक गायन शैली आहे. धृपदाचा शब्दश: अर्थ आहे 'ध्रुव+पद'. अर्थात, ज्याचे नियम निश्चित आहेत आणि जे नियमात बांधलेले आहे. आजच्या शास्त्रीय संगीताच्या तुलनेत धृपद गायकी गंभीर प्रकृतीची आहे. या शैलीत पुरुष गायकांचे वर्चस्व अधिक असले, तरी स्त्रियादेखील या गायकीचा अभ्यास करताना दिसतात. धृपद हे शास्त्रीय संगीताचे अधिक शुद्ध रूप आहे आणि म्हणूनच शास्त्रीय संगीतापेक्षा समजायला थोडे क्लिष्ट आहे. धृपद, शास्त्रीय संगीताच्या बंदिशी, ख्याल वगैरेंचा जन्म ब्रजभूमीमध्ये झाल्यामुळे सगळ्या गीतांची भाषा ब्रज किंवा हिंदी असते. या गायकीत वीर, शृंगार आणि मुख्यत: भक्तिरस दिसून येतो. धृपद गायकांच्या साथीला स्वरासाठी तानपुरा आणि तालासाठी मृदंग किंवा पखवाज यांचा वापर केला जातो.

उस्ताद जिया फरीदुद्दीन डागरजी आणि त्यांचे बंधु जिया उस्ताद मोईऊद्दीन डागरजी भारताच्या प्रसिद्ध धृपद गायकांपैकी मानले जातात. धृपद शैली लोकप्रिय करण्यात त्यांचा मोलाचा वाटा आहे. त्यांच्या अनेक शिष्यांनी धृपद परंपरा पुढे चालू ठेवली आणि धृपद गायन जगाच्या कानाकोपऱ्यापर्यंत पोहोचवले. पं. उमाकांत-रमाकांत गुंदेचा, पं. ऋतिक सान्याल, पं. उदय भवाळकर ही काही आघाडीच्या गायकांची काही नावे. धृपदाचे शुद्ध रूप, त्यातून अनुभवता येणारी शांतता, त्यातला सच्चेपणा शब्दातीत असून त्याचा अनुभव घेतल्याशिवाय समजणे केवळ अशक्य आहे.

राग संगीत ही धृपदाची पुढची पायरी आहे. यामध्ये धृपदाचे नियम थोडे शिथिल झालेले दिसतात. आज शास्त्रीय संगीताच्या दोन पद्धती प्रचलित आहेत. पहिले कर्नाटक संगीत. हे संगीत दक्षिण भारतीय राज्यांमध्ये लोकप्रिय आहे. दुसरी पद्धत उत्तर हिंदुस्थानी संगीत. हे उर्वरित भारतात लोकप्रिय आहे. भारतीय संगीत, मग ते दक्षिण भारतीय असो किंवा उत्तर भारतीय, जागतिक संगीतामध्ये ते सर्वश्रेष्ठ मानले जाते. दोन्ही शैली या स्वरप्रधान आहेत. त्यामध्ये शब्द वापरले गेले असले, तरी स्वरांना कायमच वरचे स्थान बहाल केलेले दिसते. ते व्यक्तिकेंद्रित आहे. आपापल्या प्रतिभेप्रमाणे कलाकार व्यक्त होत असतो आणि कुवतीप्रमाणे स्वत: संगीताचा आस्वाद घेत दुसऱ्यांना देत असतो.

पूर्वीच्या काळी मैफिलीला वेळेचे बंधन नसे. गायक देहभान हरपून राग आळवत आणि रात्र कशी आणि कधी सरत याचा पत्ताच लागत नसे. रसिक श्रोतेही तहान-भूक हरपून मैफिलीचा आनंद घेत. लहानांपासून थोरामोठ्यांपर्यंत सर्व श्रोते त्या संगीताच्या सागरात यथेच्छ विहार करत.

आज काळानुसार मैफिलींचे स्वरूप पूर्ण बदललेले आहे. कलाकाराला घड्याळाचा काटा बघूनच प्रतिभा खुलवावी लागते. दिलेल्या वेळेत शास्त्रीय, उपशास्त्रीय, भैरवी वगैरे गाऊन संपूर्ण मैफिलीचे स्वरूप उभे करावे लागते. त्यातून मैफल खासगी आणि छोट्या प्रमाणात असेल, तर कलाकाराला थोडी फार मुभा असते, पण मोठमोठ्या मैफिली मात्र पूर्णपणे व्यावसायिक झालेल्या दिसतात. कमी वेळात अधिक ऐकायला मिळावे या हेतूने दोन किंवा अधिक कलाकार एका मैफिलीत गाताना दिसतात.

एका संगीत महोत्सवातला असाच हा एक किस्सा. अनेक मोठ्या मोठ्या गायक कलाकारांना प्रत्यक्ष ऐकायची संधी त्या महोत्सवात मिळणार होती. रसिक प्रेक्षकांची अगदी रोजच भरभरून गर्दी होत होती. तिथे रोज एक गृहस्थ आपल्या लहान मुलाला घेऊन येत. गाणे सुरू झाल्यावर काही वेळातच ते मूल झोपी जाई. रात्रभर त्याला मांडीवर घेऊन, मैफल संपल्यावर ते गृहस्थ कडेवरून त्या मुलाला घरी नेत. सलग दोनतीन

दिवस हे बाघितल्यावर एका सहश्रोत्याने त्यांना विचारले, ''रोजच तुमचा मुलगा इथे येऊन झोपून जातो, तर मग त्याला घरीच का नाही ठेवत? इथे आणायचा एवढा अट्टाहास कशाला करता?'' त्यावर त्या गृहस्थांनी उत्तर दिले, ''अहो, हा मोठा झाल्यावर गाणं शिकेल, न शिकेल हे माहीत नाही, पण आत्ता त्याच्या बालपणीच सुरेल संगीताचे संस्कार करणं ही मात्र माझीच जबाबदारी नाही का? मी तिथे कमी पडायला नको म्हणून प्रयत्न करतोय; बाकी त्याचं नशीब.''

खरेच! अशा विचारांचे लोक समाजात असतील, तर उद्याची पिढी नक्कीच अधिक सर्जनशील असेल यात शंका नाही.

शास्त्रीय संगीत हे महासागरासारखे विशाल आहे. त्यात कमालीची शिस्त आहे. आपण इथे शास्त्रीय संगीताची मूलभूत माहिती घेत असलो, तरी या अभ्यासाला अंत नाही. संगीत हे सात स्वरांमध्ये सामावलेले असले, तरी त्यातले बारकावे समजण्यासाठी संपूर्ण आयुष्य वेचावे लागते. शास्त्रीय संगीत हे पुरातन आहे, वर्षानुवर्षे त्यात नवनव्या विचारधारा येत आहेत, त्यात सतत नवीन भर पडत आहे, काळानुसार त्याचे स्वरूप बदलत आहे, तरीसुद्धा भारतीय शास्त्रीय संगीत एका ठरावीक चौकटीबाहेर नाही. ते नियमाला धरून आहे. उदाहरणार्थ, राग, ताल, राग मांडणी, राग प्रहर वगैरे. ते समजून घेण्यासाठी मूलभूत संकल्पना जाणून घेणे आवश्यक आहे. त्या संकल्पना जाणून घ्यायचा आपण प्रयत्न करू.

आवाज

'आज शास्त्रीय संगीताची मैफल ऐकायचीच' असे मनाशी ठरवून नेहा जरा उशिराच सभागृहात शिरली. फुलांनी सजलेला तो रंगमंच, दोन तंबोऱ्यांच्या मध्ये हातात स्वरमंडल छेडत प्रसन्न मुद्रेत गात असलेला कलाकार, स्वरसाथ करणारे दोन शिष्य, एका बाजूला गायकाचे तंतोतंत अनुसरण करणारा हार्मोनियम वादक आणि दुसऱ्या बाजूला तालाशी खेळत लय ताब्यात ठेवणारा तबलजी. सर्व जण एका अलौकिक आनंदाची अनुभूती घेत होते आणि समोरचे रसिक प्रेक्षक मनापासून त्या सादरीकरणाला दाद देत होते. अगदी मोहक दृष्य होते ते.

खरेच! कलाकार कुठलाही असो, आपल्या कलेमध्ये रममाण झालेला असताना अत्यंत मोहक दिसतो. एक अलौकिक तेज त्याच्या चेहऱ्यावर झळकत असते. त्या दृश्याने भारावून गेलेली नेहा टाळ्यांच्या कडकडाटाने भानावर आली.

'दृश्य रूपात अडकून मैफलीचा आस्वाद कसा घेणार? आता फक्त संगीताचा आनंद घ्यायचा', असे ठरवून नेहाने डोळे मिटले. तंबोऱ्याच्या सुरात मिसळणारा गोड स्वर, कधी नाजूक, तर कधी थेट काळजाला भिडणाऱ्या स्वरलहरी, सर्व स्वरांमध्ये लीलया फिरणारा आवाज, डोळे मिटून अधिकच आकर्षक वाटत होता. संगीताविषयी अनभिज्ञ असलेल्या श्रोत्यालासुद्धा खिळवून ठेवण्याची ताकद त्या आवाजात होती हे मात्र नक्की...!

आवाज, हा कंठसंगीताच्या साधकांचा अत्यंत महत्त्वाचा घटक आहे. गायक शास्त्रीय संगीत गातो आहे, की नाट्यगीत, चित्रपटगीत, की लोकगीत गात आहे हा नंतरचा भाग आहे. कंठसंगीत ऐकताना सर्वप्रथम आपल्याला मोहिनी घालतो, तो गायकाचा आवाज. जेव्हा सवाई गंधर्व महोत्सवात भीमसेनजी गात, तेव्हा नुसता त्यांचा आवाज ऐकून, संगीत न कळणाऱ्यांनासुद्धा आनंदाची अनुभूती येत असे.

पूर्वी असा गैरसमज होता की, सुगम संगीत गाणाऱ्यांचे आवाज गोड आणि चांगले असायला हवे; पण शास्त्रीय संगीताला चांगला आवाज नसला तरी चालतो. कारण शास्त्रीय संगीत ऐकणारे लोक सांगीतिक विचार ऐकतात, राग ऐकतात, मांडणी ऐकतात,

रचनात्मक सौंदर्य पाहतात. याच कारणामुळे खास आवाज नसूनही अनेक गायक मंडळी लोकप्रिय झाली. काळानुरूप आज हे चित्र बदलले आहे हे मात्र नक्की.

बहुतेक सगळ्याच स्त्री-पुरुषांना परमेश्वराने जन्मत: चांगला आवाज दिलेला असतो, म्हणूनच लहान वयात कुठल्याही बाळाचे रडणेसुद्धा गोड वाटते. पुढे बाळाच्या वाढत्या वयाबरोबर या आवाजावर आई-वडिलांचे, मित्र-मैत्रिणींचे आणि आजूबाजूला असलेल्या लोकांचे संस्कार होतात आणि आवाज बदलत जातो. सतत ऐकत असलेल्या आवाजाचे आपण अनुकरण करत असतो, म्हणूनच अनेक वेळा फोनवर ऐकणाऱ्याला आईचा आणि मुलीचा किंवा वडिलांचा आणि मुलाचा आवाज खूप सारखा वाटतो. हाच अनुभव काही प्रमाणात गुरु-शिष्यांमध्येदेखील येतो. संगीत ही गुरुमुखी विद्या असल्याने शिष्यावर कायमच गुरूंच्या आवाजाचा प्रभाव असतो. संगीत शिकत असताना एक वेळ अशी येते, की गुरूच्या आणि शिष्याच्या आवाजांत खूप साधर्म्य वाटते. आवाजाच्या दृष्टीने हे घातक असले, तरी प्रत्येक शिष्याला यामधून मार्ग काढावा लागतो आणि स्वत:ची वेगळी ओळख निर्माण करावी लागते.

चित्रकारासाठी रंग, वादकांसाठी वाद्य, तसे गायकांसाठी त्यांचा आवाज हे त्यांच्या कलेचे माध्यम आहे. त्या माध्यमाला तळहाताच्या फोडासारखे जपावे लागते. आवाज सांभाळणे ही सगळ्यात महत्त्वाची जबाबदारी कलाकाराला आयुष्यभर पार पाडावी लागते. आपापल्या प्रकृतीनुसार कुणाला आंबट पदार्थांचा त्रास होतो, तर कुणाला थंड पदार्थांचा. कुणाला तेलकट चालत नाही, तर कुणाला तिखट. कुणाला वासाचा त्रास होतो, तर कुणाला हवेचा. कुठल्याच गोष्टीचा काहीही त्रास न होणारेही काही भाग्यवान कलाकार असतात. उदाहरणार्थ,, स्वरभास्कर पं.भीमसेन जोशी. त्यांच्या जेवणात कायम मिरचीचा ठेचा आणि दहीभात यांचा समावेश असे. पं. छोटा गंधर्व अतिशय आवडीने तेलकट, तिखट आणि मसालेदार तर्री खात, मग ती मिसळीची असो किंवा तांबड्या रश्श्याची. गायक कलाकार शक्यतो कार्यक्रमापूर्वी किंवा कार्यक्रमादरम्यान कोमट किंवा साधे पाणी पितात; पण नटसम्राट बालगंधर्वांनी अशी बंधने कधीच पाळली नाहीत. ते नेहमी बर्फाचेच पाणी पीत. किंबहुना त्यांच्या ज्या गावात प्रयोग असे, तिथे रेल्वेने बर्फाची लादी आणून थंडगार पाण्याची सोय केली जायची.

या उलट संगीतमार्तंड पं. जसराज यांनी आयुष्यभर एखादे व्रत घेतल्यासारखे आवाजासाठी आणि त्यांच्या एकमेवाद्वितीय आवाजाचा पोत एकसारखा राखण्यासाठी अनेक पथ्ये सांभाळली. अनेक चमचमीत, कुपथ्यकारक पदार्थ त्यांनी कायमचे वर्ज्य केले. केवळ खाण्याच्याच बाबतीत नव्हे, तर त्यांनी, पं. जितेंद्र अभिषेकी, पं. भीमसेन जोशी या सर्व कलाकारांनी बोलण्याच्या बाबतीतही पथ्ये सांभाळली. विशेष करून

कार्यक्रमाच्या दिवशी ते अत्यंत कमी बोलत आणि ती सगळी ऊर्जा ते रंगमंचावर वापरत. अशा सगळ्या गोष्टी सांभाळल्या, तरी रंगमंचावर ऐन वेळी काय घडेल हे मात्र कुठलाही कलाकार ठामपणे सांगू शकत नाही.

पं. भीमसेन जोशी यांची एकदा सकाळची मैफल होती. ऐकायला समोर दिग्गज मंडळी स्थानापन्न झाली. तानपुरे जुळले आणि पंडितजींनी तोडीचे स्वर आळवायला सुरुवात केली. पण काही केल्या पंडितजींचा षड्ज (सा) लागेना. आवाज तापेपर्यंत थोडा वेळ गेला. समोरच्या तज्ज्ञ मंडळींमध्ये चुळबुळ सुरू झाली; पण पंडितजी शांतपणे त्या षड्जाची मनधरणी करत राहिले. दहा, वीस, पंचवीस मिनिटे गेली आणि मग पंडितजींचा षड्ज अखेर लागला, आणि तो असा लागला की समोरच्या प्रत्येकाला जणू त्या दिवशी विश्वरूपदर्शनच झाले. आवाज कितीही ताब्यात असला, तरी मैफिलीच्या दिवशीची तब्येत, मानसिक अवस्था, वाद्य, सहकलाकार, प्रेक्षक अशा असंख्य गोष्टींवर मैफल अवलंबून असते.

पंडितजींची अशीच एक सकाळची मैफल होती. चहा-पाणी झाले. आतल्या खोलीत तानपुरे जुळले आणि पंडितजींनी एक फर्मान सोडले. 'मैफिलीच्या आधी एक झणझणीत भेळ आणावी'. संयोजक चक्रावले, पण आदेश ऐकणे क्रमप्राप्त होते. बघूनसुद्धा डोळ्यात पाणी येईल अशी झणझणीत, तिखट भेळ पंडितजींनी मनसोक्त खाल्ली आणि असे गायले की ऐकणाऱ्यांचे कान तृप्त झाले.

आपापल्या प्रकृतिप्रमाणे, अनुभवाप्रमाणे किंवा श्रद्धेप्रमाणे आवाज या माध्यमाप्रति गायकांचे अनेक मतप्रवाह असतात. ते असे -

- आवाज हा रियाजाने, योग्य त्या काळजीने आणि पथ्य पाळल्याने खुलतो.
- आवाज हवा तसा लागण्यासाठी त्याप्रति शरणागतीचा भाव असावा.
- योग्य रियाज असल्यास आवाजाला काही होत नाही.

सांगीतिक कारकिर्दीत आवाजाला त्रास झाला असेही अनेक गायक होऊन गेले. उस्ताद अल्लादिया खाँ यांना अति रियाजामुळे आवाजाचा त्रास झाला आणि त्यानंतर त्यांनी आपल्या आवाजाला शोभेल अशी गायकी प्रस्थापित केली. गानसरस्वती किशोरीताई आमोणकर, पं. फिरोज दस्तूर, पंडिता अंजनीबाई मालपेकर यांच्यासारख्या अनेक गायकांना आवाजाचे त्रास झाले अशी नोंद आहे. आज गायक आवाजाप्रति अधिक दक्ष होत आहेत. आवाजाला त्रास होऊ नये आणि तो जास्तीत जास्त काळ टिकावा, याबाबत ते अधिक जागरूक होत आहेत.

गीतप्रकार

पृथ्वीतलावरचे कुठलेही संगीत असो, अगदी वैदिक काळातल्या सामगायनापासून आजच्या रीमिक्सपर्यंत, जॅझपासून सूफीपर्यंत, संगीत हे सात स्वरांमध्ये सामावलेले आहे. या सात स्वरांमध्ये गुंफलेली एक-एक रचना मनासारखी गायला कलाकाराचा जन्म जातो. सांगीतिक कारकिर्दीमध्ये कलाकाराला वेगवेगळ्या परिस्थितीला सामोरे जावे लागते. अनेक भावना त्यांनी लौकिक आयुष्यामध्ये अनुभवलेल्या असतात; मग त्या परमोच्च आनंदाच्या, दुःखाच्या, समाधानाच्या, भीतीच्या, नैराश्याच्या किंवा शरणागतीच्या असतील. भावना कुठल्याही असल्या, तरी त्यामध्ये अडकून न राहता फक्त चांगले वेचून रसिकांपुढे सढळ हातांनी ठेवायचा कलाकाराचा प्रयत्न असतो. कलाकार एवढे भरभरून देत असताना आपण रिक्त हस्ताने समोर बसायला नको का? तोच आनंद समजून उपभोगण्याचा हा प्रयत्न आहे. ते आनंदाचे क्षण वेचण्यासाठी संगीतातली प्राथमिक माहिती जाणून घेणे आवश्यक आहे.

संगीताचे प्रस्तुतीकरण वेगवेगळ्या गीतप्रकारांतून होत असते. शास्त्रीय आणि उपशास्त्रीय, ढोबळ मानाने असे दोनच प्रकार आपण मानत असलो, तरी त्यामध्ये अनेक उपप्रकार अध्याहृत आहेत. शास्त्रीय संगीतात उत्तर भारतीय आणि दक्षिण भारतीय असे दोन प्रकार आहेत. त्यांत स्वरभास्कर पंडित भीमसेन जोशी, गानतपस्विनी किशोरी आमोणकर यांसारख्या दिग्गज कलाकारांचे जे गायन आपण ऐकतो ते उत्तर भारतीय संगीत आणि श्री. बालमुरलीकृष्णन् आणि एम.एस. सुब्बालक्ष्मींचे ते दक्षिण भारतीय संगीत.

उपशास्त्रीय संगीत म्हणजे सुगम आणि शास्त्रीय संगीत यांच्यातील विशिष्ट सौंदर्यगुण घेऊन निर्माण झालेला प्रकार आहे. शास्त्रीय संगीतामध्ये स्वर आणि लय यांच्या साहाय्याने राग रूप उलगडून दाखवले जाते, तर सुगम संगीतामध्ये स्वर आणि लय यांच्या मदतीने काव्याचा अर्थ आणि भाव व्यक्त केला जातो. शास्त्रीय संगीत हे एका श्रेणीपुरते मर्यादित असते आणि त्याउलट लोकसंगीत हे सर्वसामान्य लोकांच्या मनाचा ठाव घेणारे संगीत आहे.

उपशास्त्रीय संगीत हे दोन्ही, म्हणजे शास्त्रीय आणि सुगम संगीताच्या मधले संगीत आहे. त्यात शास्त्रीय संगीताचा पाया आहे आणि लोकगीतांतला गोडवा आणि रंजकताही आहे. धृपद–धमार, ख्याल वगैरे शास्त्रीय संगीतातल्या म्हणून ओळखल्या जाणाऱ्या रचनांनंतर टप्पा, ठुमरी, दादरा, कजरी, चैती, होरी, नाट्यगीत वगैरे निरनिराळ्या प्रकारांच्या रचना उपशास्त्रीय संगीतात गायल्या जातात. यानंतर सुगम संगीताचा प्रांत सुरू होतो, ज्यामध्ये भावगीत, भजन, लोकगीत, भक्तिगीत, चित्रपटगीत वगैरे गायले जाते. शास्त्रीय आणि उपशास्त्रीय संगीतातला मुख्य फरक असा, की शास्त्रीय संगीत हे स्वरप्रधान आहे, तर उपशास्त्रीय संगीत हे शब्दप्रधान आहे. यामुळेच या दोन्हींमध्ये आवाज, लगाव, उच्चार, भाव, श्वास वगैरेंचा वेगळा अभ्यास कलाकाराने केलेला असतो. दोन्ही प्रकारचे संगीत गाण्यासाठी विशेष तालीम घ्यावी लागते. बऱ्याच वेळा सुगम संगीतापेक्षा शास्त्रीय संगीताला वरचा दर्जा दिला जातो; पण वास्तवात दोन्ही प्रकार तितकेच अवघड आहेत. श्रोत्यांची मने जिंकण्यासाठी शास्त्रीय संगीतात कलाकाराला जास्त अवधी मिळतो, तर सुगम संगीतात काही मिनिटांतच तो परिणाम साधावा लागतो.

उपशास्त्रीय प्रकारात अनेक प्रकार गायले जातात. शास्त्रीय बाजाची पण शृंगारिक असते ती ठुमरी. हा प्रकार अत्यंत लोकप्रिय आहे. ठुमरी गायकीच्या अंगानेच दादरा, कजरी, सावनी, चैती, होरी वगैरे संगीतप्रकार गायले जातात. ठुमरी आणि दादरा वगैरे इतर प्रकारांत तालाचा आणि विषयांचा फरक असतो. गायकीच्या दृष्टीने ठुमरी ही अधिक संथ, भारदस्त आणि वजनदार असते. ठुमरी या शब्दाची निर्मिती 'ठुमकना' म्हणजे एखाद्या तालावर आकर्षक अशी हालचाल (नृत्य) करणे या शब्दावरून झालेली आहे. ठुमरीतले शब्द अतिशय लडिवाळ असतात. उदाहरणार्थ, 'पाणी' या शब्दाला 'पनिया' असा काव्यमय शब्द वापरला जातो. 'पिया' हा शब्द 'पीयू' किंवा 'पिहरवा' बनतो. ठुमरीमध्ये प्रेम, विरह, हृदयभंग, मानवी नाती असे विषय हाताळले जातात. ठुमरीचे शब्द बहुतकरून प्रेमात असलेल्या स्त्रीवर आधारलेले असतात.

ठुमरी या गीतप्रकारामध्ये श्रीमती गिरीजा देवींचे खूप मोलाचे योगदान आहे. त्यांच्या सांगीतिक कारकिर्दीच्या सुरुवातीच्या काळातला हा किस्सा. बिहारच्या 'आरा' गावामध्ये संगीत परिषद होती. सर्व जण पं. ओंकारनाथ ठाकुरजींचे गाणे ऐकण्याच्या प्रतीक्षेत होते. पण सासाराम गावामध्ये पंडितजींची गाडी बंद पडली. त्यांची जागा इतर कुठल्या कलाकाराने घ्यायची म्हणजे शिवधनुष्य पेलण्यासारखे होते. सरतेशेवटी, आयोजकांनी गिरीजा देवींना विनंती केली आणि त्यांनी गाण्याचे मान्य केले.

गिरीजा देवींनी गाणे सुरू केले, तेव्हा मंडपामध्ये विशेष गर्दी नव्हती. पण थोड्याच

वेळात त्यांचे गाणे ऐकून तिथे अलोट गर्दी जमा झाली. रसिक प्रेक्षक गिरीजा देवींच्या गाण्याने बेहद्द खूश झाले. त्या वेळी त्यांनी राग देसी आणि त्यानंतर 'बाबुल मोरा नैहर छुट्टो ही जाय' ही ठुमरी गायली, जी शेवटपर्यंत त्यांची आवडती निर्मिती ठरली. त्यानंतर गिरीजा देवींच्या अनेक यशस्वी मैफिली झाल्या, ज्यांमध्ये त्यांनी एकापेक्षा एक सरस अशा अनेक ठुमऱ्या गायल्या आणि त्या 'ठुमरी क्वीन' म्हणून ओळखल्या जाऊ लागल्या.

पूर्वीच्या काळी सर्व स्त्री कलाकारांना मैफिलीमध्ये कला सादर करण्यासाठी अनेक अडचणींना सामोरे जावे लागले. बेगम अख्तर त्यांपैकी एक होत्या. लग्नानंतर त्यांच्या पतीने त्यांच्या गाण्यावर बंदी घातली. या काळात त्यांना पाच वर्षे गाता आले नाही. पण संगीताला त्यांनी कधीच दूर केले नाही. एकटेपणा आणि बेगम अख्तर यांचा निकटचा संबंध होता. त्या अनेकदा म्हणायच्या, 'सर्व जण माझी साथ सोडून जातील; पण हा एकाकीपणा मला कधीच सोडणार नाही'. बुजुर्ग कलाकार कायम म्हणतात, की गाणे परिणामकारक होण्यासाठी आधी दुःख अनुभवा आणि मग बघा गाणे कसे भावपूर्ण होते ते! अख्तरी बाई याचे ज्वलंत उदाहरण असाव्यात.

या सर्व कलाकारांचे उपशास्त्रीय संगीतामध्ये खूप मोठे योगदान आहे.

ठुमरीच्या मानाने दादरा, कजरी, चैती, होरी वगैरे प्रकार अधिक चंचल प्रकृतीचे आहेत. असा एक समज आहे की, दादरा हा उपशास्त्रीय गायनप्रकार केवळ दादरा तालात गायला जातो. दादरा हा प्रकार दादरा तालाबरोबर बहुतकरून थोड्या/कमी मात्रा असलेले ताल म्हणजे केहेरवा, दादरा, खेमटा, चाचर यांमध्ये बांधलेला असतो. दादरा तालाची लय ठुमरीपेक्षा जलद असते. ठुमरीची बढत जास्त विस्तृत असते, तसेच दादऱ्याची छोटी आणि सुटसुटीत. ठुमरीला एकच स्थाई आणि अंतरा असतो, पण दादऱ्याला अनेक अंतरे असू शकतात.

'कजरी' हा शब्द कजरा, म्हणजे काजळ या शब्दापासून आला आहे. काजळ जसे काळे असते, तसेच पावसाळी काळ्या ढगांसारखा एखाद्या प्रियकराचा किंवा प्रेयसीचा विरह दाटून आल्याचं वर्णन कजरीमध्ये असतं.

श्रावणात गातात ती सावनी. यातही मानवी भावना व्यक्त केल्या जातात. श्रावणात पावसाळा हा अतिशय सुंदर आणि मोहक ऋतू असल्यामुळे सावनीमध्ये प्रकृतिसौंदर्याचे वर्णन दिसते.

झूला हा अजून एक उपशास्त्रीय गानप्रकार, जो बायका पावसात झोपाळ्यांवर खेळताना गातात. यात कृष्ण-राधेचे, रामाचे वर्णन जास्त आढळते.

चैती ही ग्रीष्मात, म्हणजेच चैत्र महिन्यात गायली जाते. याच महिन्यात रामजन्म

होतो, म्हणून चैती गाताना 'हो रामा' हे शब्द खास करून वापरले जातात.

जशी चैती ग्रीष्मात गायली जाते, तसेच होरी ही फाल्गुन महिन्यात साजरी केली जाते. यात राधा-कृष्णाचे, त्यांच्या रासलीलेचे आणि रंगांच्या उधळणीचे वर्णन असते. जसे एका ठरावीक ऋतूमध्ये गायचे उपशास्त्रीय गानप्रकार आहेत, तसेच 'बारहमासा' या गानप्रकारात बारा महिन्यांत येणाऱ्या तिन्ही ऋतूंचे वर्णन असते. त्यामुळे हा प्रकार वर्षात कधीही गायला जातो

या गीतप्रकारांव्यतिरिक्त, छोट्याछोट्या हरकतींनी आणि एकत्रित घेतलेल्या जलद स्वरांनी युक्त असलेला गीत प्रकार म्हणजे टप्पा. अत्यंत वैचित्र्यपूर्ण आणि चित्तवेधक चाल असलेला हा प्रकार आहे.

भजन हासुद्धा अत्यंत लोकप्रिय गानप्रकार आहे. पूर्वीच्या काळी होऊन गेलेल्या संतांनी, उदाहरणार्थ, सूरदास, कबीर, मीराबाई, तुकाराम, ज्ञानेश्वर यांनी बहुतेकशी भजने रचलेली आहेत. परमेश्वराजवळ जाण्याचा अत्यंत सोपा मार्ग म्हणून संत मंडळी भजनांत रममाण होतात. बहुतेक भजनांचे शब्द अर्थाने अतिशय सुंदर असतात. पौराणिक कथा, संतांचे आयुष्य यांतूनही खूप काही शिकायला मिळते.

अजून एक प्रसिद्ध गानप्रकार म्हणजे मराठी नाट्यसंगीत. त्याची स्वत:ची अशी वेगळी गायनशैली आहे. मराठी रसिकांचे नाट्यसंगीताप्रति कायमच विशेष प्रेम दिसून येते. गायनाचार्य गोविंदराव टेंबे, मास्टर कृष्णराव, पं. भास्करबुवा बखले, पं. राम मराठे, पं. जितेंद्र अभिषेकी, छोटा गंधर्व, केशवराव भोळे असे अनेक दिग्गज संगीतकार लाभल्याने मराठी नाट्यसंगीत समृद्ध झाले. यातील प्रत्येक संगीतकार स्वत: उत्तम गायक होते. हिंदुस्थानभर भ्रमण करून संगीताचे ज्ञान आणि संस्कार त्यांनी आत्मसात केले. त्याचे प्रतिबिंब नाट्यसंगीतात दिसते. उदाहरणार्थ, संगीत नाटकातील अनेक चाली बनारस, लखनौ तसेच पंजाब येथील उपशास्त्रीय गायनप्रकारांवरून घेतलेल्या आहेत. तसेच 'स्वयंवर'मधील अनेक पदे मूळ बंदिशींवर आधारली आहेत. शास्त्रीय संगीत गाणारे अनेक मोठे कलाकार मैफिलीत नाट्यसंगीताचा समावेश करत. उस्ताद अब्दुल करीम खाँ, सवाई गंधर्व, पं. भीमसेन जोशी, हिराबाई बडोदेकर, सरस्वती राणे, ज्योत्स्ना भोळे वगैरे अशी अनेक शास्त्रीय गायकांची नावे सांगता येतील. सवाई गंधर्व आणि बालगंधर्व यांच्यात एकमेकांबद्दल अतिशय प्रेम आणि आदर होता; पण ते ज्या नाटक कंपन्यांसाठी गात, 'किर्लोस्कर' आणि 'नाट्यकला प्रवर्तक मंडळी', त्यांच्यात कमालीची प्रतिस्पर्धा चालत असे. कोण वरचढ आहे हे बघण्यासाठी पुण्यात एकाच वेळी दोन वेगळ्या नाट्यगृहांत 'सौभद्र'चे प्रयोग लावले जायचे. पुण्यातला सुरुचिसंपन्न रसिकही या प्रतिस्पर्धेत मागे नसत. नाटकवेडे रसिक पहिले तीन अंक 'किर्लोस्कर'चे

बघायचे आणि पुढचे दोन अंक 'नाट्यकला प्रवर्तक मंडळी'चे आणि मग कोण वरचढ गायले याबद्दल अनेक दिवस चर्चा रंगे. आजही नाट्यगीतांसाठी रसिकांच्या मनात विशेष स्थान आहे.

वर उल्लेखिलेला प्रत्येक गीतप्रकार शब्दप्रधान असला, तरी त्याचा आत्मा सूर हाच आहे. हे सर्व प्रकार ठरावीक एका रागात बांधलेले असले, तरी त्यांना रागाच्या चौकटीच्या बाहेर गाण्याची मुभा असते. थोडक्यात, रागाचे नियम उपशास्त्रीय संगीतासाठी मात्र शिथिल असतात. कलाकाराला आपल्या प्रतिभेप्रमाणे स्वैर गाण्याची मुभा असते.

इतिहास बघता असे लक्षात येईल की, काही गायकांनी एकेका प्रकारात विशेष प्रावीण्य मिळवलेले आहे. ठुमरी म्हटले की बेगम अख्तरबाई, शोभा गुर्टू, गिरीजा देवी ही नावे डोळ्यांसमोर येतात. टप्पा म्हटले की मालिनी राजुरकर. दादरा म्हटले की डॉ. वसंतराव देशपांडे आणि सुगम संगीत म्हटले की लतादीदी आणि आशादीदींनी गाऊन अजरामर करून ठेवलेली असंख्य गाणी आठवतात! या सर्व कलाकारांमुळे आणि त्यांच्या कलेमुळे कितीतरी रसिकांना वर्षानुवर्षे असीमित आनंद मिळाला आणि त्याची आठवण आजही अनेक रसिकांच्या मनात ताजी आहे.

स्वर

संगीतातील सौंदर्यस्थळांचा जास्तीत जास्त आनंद घेण्यासाठी श्रोत्यांनी त्यातल्या महत्त्वपूर्ण संकल्पना समजून घ्यायला पाहिजेत. संगीताचा अभ्यास न करताही त्याचा आनंद घेता येतोच. तरीसुद्धा समजून उमजून मैफल ऐकल्यास आनंद द्विगुणित होतो, हेसुद्धा तितकेच खरे. अर्थात हे सर्व समजून घेताना मैफल ऐकण्याचाही सराव हवाच.

संगीतातला पहिला स्वर 'सा'. शास्त्रामध्ये त्याचे 'षड्ज' असे नाव आहे. षड् म्हणजे संस्कृत भाषेत सहा. मूळ स्वरापासून पुढील स्वरांची निर्मिती होते, म्हणून 'सा' या स्वराला 'षड्ज' असे म्हटले आहे. सा, रे, ग, म, प, ध, नी या स्वरांची मूळ नावे अनुक्रमे 'षड्ज', 'ऋषभ', 'गंधार', 'मध्यम', 'पंचम', 'धैवत' आणि 'निषाद' अशी आहेत. भारतीय संगीतात सप्तस्वरांचा संबंध निसर्गातील ध्वनींशी जोडला आहे.

- षड्ज म्हणजे मोराचा आवाज
- ऋषभ म्हणजे चातक पक्ष्याचा जोडीदाराला साद घालण्याचा आवाज
- गंधार म्हणजे शेळीच्या ओरडण्याचा आवाज
- मध्यम म्हणजे करकोच्याचा आवाज
- पंचम म्हणजे कोकिळेचे कूजन,
- धैवत म्हणजे घोड्याच्या खिंकाळण्याचा आवाज
- निषाद म्हणजे हत्तीच्या ओरडण्याचा आवाज

हे सर्व प्राणी अनुक्रमे या स्वरांमध्ये बोलतात, असे म्हटले आहे.

या सात स्वरांच्या समूहाला 'सप्तक' असे म्हणतात. हार्मोनियमचे चित्र बघितले, तर अशी तीन/साडेतीन सप्तके त्यावर दिसतात. मानवी गळ्यामध्येही सर्वसाधारणपणे दोन सप्तकांत गाण्याची क्षमता असते. ज्या सप्तकामध्ये गायक सहजपणे 'सा रे ग म प ध नी' हे स्वर म्हणतो, त्याला 'मध्य सप्तक' असे म्हणतात. मध्य सप्तकातील 'सा'च्या

खाली गाता येणारे स्वर म्हणजे 'सा नी ध प म...' याला 'मंद्र सप्तक' म्हणतात आणि मध्य सप्तकाच्या वर गाता येणारे म्हणजे 'सा रे ग म प...' याला 'तार सप्तक' असे म्हणतात. काही मोजके कलाकार मंद्र सप्तकाच्याही खाली किंवा तार सप्तकाच्याही वरच्या स्वरात गाऊ शकतात त्याला अनुक्रमे 'अति मंद्र सप्तक' आणि 'अति तार सप्तक' असे म्हणतात. मंद्र आणि तार सप्तकांत स्वर लावल्यास रसिक श्रोत्यांची विशेष वाहवा मिळाल्याचे कायमच दिसून येते. पं. जसराजजी आणि बेग़म परवीन सुलताना यांच्या मैफिलींतून हा अनुभव अनेकांनी घेतला असेल. सध्याच्या पिढीमध्ये कौशिकी चक्रवर्ती त्यांच्या मैफिलींत तार सप्तकात कलाकुसर करताना दिसतात.

वर उल्लेखिलेले सात स्वर म्हणजे आपण सात रंग समजू. त्यांना 'शुद्ध स्वर' असे म्हणतात. या सात स्वरांपैकी 'सा' आणि 'प' हे स्वर अचल आहेत, म्हणजेच त्यांचे स्थान निश्चित आहे. थोडक्यात 'सा' आणि 'प' हे आपला रंग कधीच बदलत नाहीत किंवा त्यांच्या रंगाची छटा बदलत नाही. त्याउलट रे, ग, ध, नी या स्वरांना आपले मूळ स्थान बदलण्याची क्षमता असते. ते आपली मूळ जागा बदलून कमी उंचीचे होऊ शकतात. थोडक्यात त्यांचा रंग हलका होऊ शकतो. त्यांना 'कोमल स्वर' असे संबोधतात आणि 'म' हा एकच स्वर आपली मूळ जागा सोडून जास्त उंचीचा होतो म्हणजे त्याचा रंग गडद होऊ शकतो. त्याला 'तीव्र' असे संबोधतात. असे संगीतात एकूण बारा स्वर असतात.

- सा
- कोमल रे
- शुद्ध रे
- कोमल ग
- शुद्ध ग
- शुद्ध म
- तीव्र म
- प
- कोमल ध
- शुद्ध ध
- कोमल नी
- शुद्ध नी

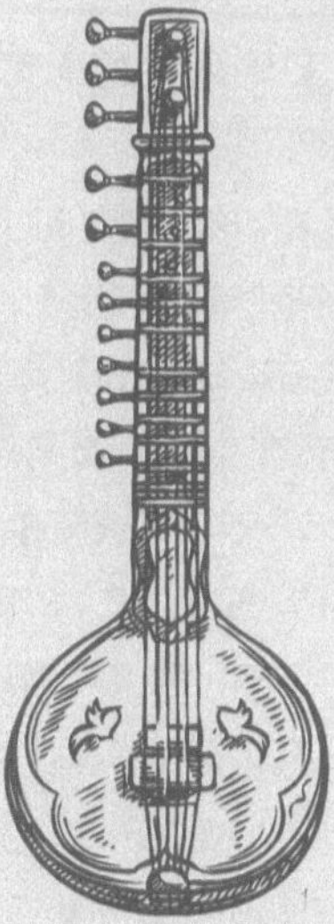

वादन असो अथवा गायन, स्वरांची स्थाने पक्की करून घेण्याची मोठी जबाबदारी गुरूंवर असते; कारण संपूर्ण संगीत या स्वरांमध्ये सामावलेले आहे. शिष्यासाठी या स्वरांची स्थाने नेमकी लक्षात ठेवणे आणि त्याबरहुकूम वाद्यातून किंवा गळ्यातून सूर काढणे ही सुरुवातीच्या काळात अत्यंत अवघड गोष्ट असते. ही स्वरस्थाने डोक्यात पक्की होईपर्यंत गुरूंसमोर बसून रियाज करणेच इष्ट असते, आणि म्हणूनच संगीत ही गुरुमुखी विद्या आहे.

हिंदुस्थानी शास्त्रीय संगीतातील 'राग' ही एक मौलिक संकल्पना आहे. नियमबद्ध स्वर, ज्यामध्ये मनोरंजन आणि रसनिर्मिती करण्याची क्षमता असते, त्या स्वरसमूहाला 'राग' असे म्हणतात. राग म्हणजे केवळ स्वर नव्हे, तर तो असा एक स्वरसमूह असतो, ज्यामध्ये सौंदर्य निर्माण करण्याची आणि स्वरांचे अनेक आकृतिबंध निर्माण करण्याची क्षमता असते. वर उल्लेखलेल्या बारा स्वरांपैकी निवडक स्वरांचा एक 'राग' तयार होतो. पूर्वीपासून चालत आलेल्या रागसंगीतात बुजुर्गांनी अशा अनेक रागांची निर्मिती केली. त्या रागसंगीतामध्ये आजही भर पडत आहे आणि पुढेही होत राहील. त्यातले अनेक राग रसिकांवर कायमच मोहिनी घालत आले आहेत. यमन, भूप, बिहाग, बागेश्री, भीमपलास, मारुबिहाग, मधुवंती यांसारखे राग मैफिलीत नेहमीच गायले, वाजवले जातात. एखाद्या रागातले ठरावीक स्वर म्हणजे आपण ठरावीक रंग अशी कल्पना केल्यास, त्या रंगांच्या साहाय्याने प्रत्येक कलाकार स्वतःच्या प्रतिभेप्रमाणे चित्र तयार करत असतो. एका गायकाने हे सात रंग घेऊन रोज एक चित्र काढले, तरी रोज एक नवीन चित्र तयार होऊ शकेल, हे वेगळे सांगायला नको. रोज वेगळे चित्र काढण्याची प्रतिभा मात्र हवी. याच कारणामुळे दोन गायकांनी जरी एकच राग गायला, तरी तो श्रोत्यांना वेगळा जाणवतो.

शास्त्रीय संगीत गाताना रागातला एक-एक पुढील स्वर घेत रागस्वरूप उलगडले जाते. हे स्वर आकारात गायची पद्धत आहे. एखादी अनोळखी लिपी जशी वाचणाऱ्याला सारखीच वाटेल, तसेच आकाराचे होते. सर्वसामान्य रसिकाला सर्व आकार सारखेच वाटतात, म्हणून गायक इतका वेळ नक्की काय 'आ...ऊ...' करतो आहे याचे आकलन होत नाही. हे स्वर कळले नाही तरीसुद्धा त्या स्वरांचा चढउतार त्या आकारांतून स्पष्ट कळतो आणि सामान्य श्रोता त्या आकारांमागचा स्वर कळला नाही तरीसुद्धा संगीताचा पुरेपूर आनंद लुटू शकतो, हे महत्त्वाचे. शास्त्रीय संगीत शिकलेल्या विद्यार्थ्याला मात्र त्या आकारामागचे स्वर समजतात.

रसिकांना शब्दांतून, अभिनयातून, काव्यातून, नृत्यातून भाव कळतो; पण केवळ आकार गाऊन रागस्वरूप उभे करायचे, रागभाव निर्माण करायचा आणि त्यातून

रसनिष्पत्ती करायची ही अत्यंत अवघड गोष्ट आहे. म्हणूनच सर्व कलांमध्ये कंठसंगीताला सर्वाधिक महत्त्व दिले आहे.

गायक मैफिलीच्या सुरुवातीला मनात निश्चित केलेल्या रागातले ठरावीक स्वर आपल्या प्रतिभेने आळवतो. त्या स्वरांचा आनंद श्रोत्यांना देतो. हळूहळू त्या स्वरांची, तालाची गती वाढते. कधी आकारांतून, कधी स्वरांतून, तर कधी काव्याच्या साहाय्याने कलाकार रागाची मांडणी करत असतो. हा उलगडलेला राग गायकाला मिळालेल्या तालमीप्रमाणे, बुद्धीप्रमाणे, प्रतिभेप्रमाणे आणि त्या वेळेच्या मनःस्थितिप्रमाणे उभा राहत असतो. म्हणूनच कधी मैफल कलाकाराच्या मनासारखी होते, कधी उत्तरोत्तर रंगते, तर कधी काही केल्या मैफिलीमध्ये रंग भरत नाही. रागामध्ये अभिप्रेत असलेले नेमके स्वर प्रत्येक वेळी तसेच लागणे, इथे गायकाचे कौशल्य असते. स्वर नक्की कसा आणि कुठे लावायचा हे वाद्यांवर एक वेळ दाखवता येते; पण गायकाला तो समजून-उमजून लावावा लागतो. मनासारखा स्वर लागेपर्यंत कलाकाराचे उभे आयुष्य खर्ची पडते आणि एकदा त्या स्वराचा आनंद मिळाला की इतर कुठलाही आनंद त्यासमोर दुय्यम भासतो.

बंदिश

मैफिलीमध्ये स्वरांच्या विस्तारातून रागाचा भाव श्रोत्यांपर्यंत पोहोचवला जातो. हे करत असताना ठरावीक गोष्टी राग विस्तारात अपेक्षित असतात. राग नियमाप्रमाणे निश्चित स्वरांचा समावेश यात असतो. रागाची सुरुवात संथ लयीत असते. मनाप्रमाणे स्वर विस्तार झाला, की कलाकार पुढच्या टप्प्याकडे वळतो. तो टप्पा म्हणजे रागाची 'बंदिश'. रागाचे अमूर्त रूप सगुण रूपातून दाखवण्याचा प्रयत्न म्हणजे 'बंदिश'. रागप्रस्तुतीकरणासाठी विशिष्ट रागात आणि तालात बांधलेल्या गीताला 'बंदिश' किंवा 'चीज' म्हणतात. वादक वाजवतात ती 'गत'. थोडक्यात, बंदिश म्हणजे रागाच्या चौकटीत बसवलेले काव्य. बंदिशीची रचना करणाऱ्यांना 'वाग्गेयकार' असे म्हणतात. हे काव्य बहुधा हिंदी, ब्रज, मैथिली, अवधी, माळवी, भोजपुरी, डोगरी किंवा पंजाबी भाषेत असते. या बंदिशी खूप जुन्या काळापासून चालत आलेल्या आहेत. विद्यार्थीदशेत सांगीतिक अभ्यासाची सुरुवात बंदिशीपासून होते. पूर्वी लहानपणी ज्याप्रमाणे पाढे आणि परवचा घोकून पाठ केले जात, त्याचप्रमाणे प्रत्येक बंदिश ही गायकाने घोटलेली असते. मोठे मोठे कलाकार असोत, उस्ताद असोत, त्यांच्या शिक्षणाची सुरुवात बंदिशीतूनच झालेली असते. बंदिशीच्या माध्यमातून त्या रागातले स्वर, राग चलन, राग स्वरूप, राग भाव, ताल, लय वगैरे सर्व गोष्टींचा उलगडा होत असतो. बंदिशीबाबतीत कुमारजी म्हणत, *'एखाद्या प्रियकराची प्रेयसीशी पहिली ओळख जशी गोडीची व्हावी लागते, तसंच बंदिशीचं असतं. रागाच्या कुलमर्यादेत वाढलेल्या बंदिशीच्या अंतर्मनात जाऊन तिची ओळख करून घ्यावी लागते, मगच तिचं चालचलन कळतं. सौंदर्याच्या नाना प्रकारात दडलेल्या स्थानांचा शोध लागतो.'* ते म्हणत, *'बंदिश हे राग सजवण्याचं एक उपकरण आहे. राग मुळात वस्त्रहीन असतात. जेव्हा बंदिशी वेगवेगळ्या तालांत आणि लयींत गायल्या जातात, तेव्हा जणू रागच वेगवेगळी वस्त्रं परिधान करून आपल्या समोर येत असतो.'*

रागसंगीत हे स्वरप्रधान असल्यामुळे काव्याला थोडे दुय्यम स्थान असते. शब्दांचे उच्चार, त्यांचा अर्थ, काव्यातील शब्दांचा प्रयोग याबाबत फार काटेकोरपणा असतोच

असे नाही आणि म्हणूनच बऱ्याच वेळा शब्दांचे अपभ्रंश झालेले दिसतात. पूर्वीच्या काळी स्वतःच्या घराण्यातली बंदिश बाहेर कुणाला मिळू नये म्हणूनसुद्धा बऱ्याच वेळा अनाकलनीय उच्चार केले जात असत. असे असले तरीसुद्धा संगीत ऐकताना किंवा त्याचा आनंद घेताना कुठलीही बाधा येत नाही.

आज बंदिश शिकली, की प्रथम रेकॉर्ड केली जाते, क्वचित लिहून घेतली जाते; पण पूर्वी बंदिश घोकूनच तोंडपाठ झाली पाहिजे असा गुरूंचा धाक असायचा. शब्दांचे अपभ्रंश होण्याचे हेही एक महत्त्वाचे कारण होते. आजकाल कलाकार बंदिशीच्या काव्याबद्दल जागरूक झालेले दिसतात; कारण शास्त्रीय संगीत स्वरप्रधान असले, तरी बंदिशीचे काव्य समजणे आणि त्याचा आनंद श्रोत्यांना देणे महत्त्वाचे आहे हे मात्र नक्की. भूप रागातील *'सहेला रे'*, कलावतीमधील *'तन मन धन तोपे वारू'*, बागेश्रीमधील *'ए री माई साजन नहीं आए'* किंवा जोगकंसमधील *'सुघर बर पाया'* अशा अनेक लोकप्रिय बंदिशी रसिकांना तोंडपाठ असतात.

बंदिशीचे काव्य साधारण चार-सहा ओळींपुरते मर्यादित असते आणि एक ओळ साधारण पाच ते सहा शब्दांची असते. पहिल्या दोन ओळींना 'स्थायी' आणि पुढच्या ओळींना 'अंतरा' असे संबोधतात. उदाहरणार्थ, मारुबिहाग रागातील प्रसिद्ध बंदिशीत,

जागूँ मैं सारी रैना बलमा
रसिया मन लागेना मोरा ।।... ही स्थायी आहे, आणि
बहुत रमायो सौतन घरमाँ
पिया गरवा लगाओ ।।... हा अंतरा आहे.

रागस्वरूप उलगडून दाखवताना स्थायीच्या पहिल्या ओळीतले पहिले मोजके शब्द पुनःपुन्हा गायले जातात. त्याला 'मुखडा' असे म्हणतात. या बंदिशीत *'जागूँ मैं सारी रैना'* हा मुखडा आहे.

एका ठरावीक विषयाची जशी अनेक पुस्तके असू शकतात, तसेच एका रागात असंख्य बंदिशी बांधल्या जाऊ शकतात. जेवढ्या अधिक बंदिशी कलाकाराला अवगत असतात, तेवढा कलाकार अधिक श्रीमंत. कलाकाराचा खजिनाच तो! यामुळेच बुजुर्गांनी बांधून ठेवलेल्या बंदिशी शिकण्यासाठी आणि त्या सादर करण्यासाठी कलाकार कायमच उत्सुक असतात. रागसंगीताच्या अभ्यासात जुन्या बंदिशींचे संस्कार होणे अत्यंत महत्त्वाचे असते. या बंदिशी दिसायला लहान असल्या, तरी त्यांचा आवाका खूप मोठा असतो. चांगल्या बंदिशींमधला महत्त्वाचा गुणविशेष म्हणजे रागस्वरूपाबरोबर, रागभाव आणि रागप्रकृती त्यातून दिसते. ज्या बंदिशी पारंपरिक आहेत, त्यांचे विषय पूर्वीच्या

काळाला अनुसरून असतात. *'सास ननंद सताए'* किंवा *'सौतन संग करत रंगरलिया'* यांसारखे कालबाह्य विषय बंदिशींमधून दिसून येतात. या व्यतिरिक्त प्रेम, विरह, भक्ती, गुरुकृपा, तत्त्वज्ञान, मन, शृंगार, राग वर्णन, शरण भावना यांसारख्या अनेक विषयांवर बंदिशी बांधलेल्या असतात. काही बुजुर्गांनी अत्यंत वेगळे विषय निवडून बंदिशी केलेल्या दिसतात. उदाहरणार्थ, पं. दिनकर कायकिणी यांनी स्वातंत्र्यदिनावर बंदिश रचलेली आहे.

स्वतंत्र भयो है देश हमारो
कष्ट किये सब फल पाये ।।
मोहनाको तत्त्व धरे लोगवा सब
अहिंसा परम धर्म मुखि मुखि गाये ।।

काही बंदिशींना सुंदर इतिहास असतो, जे त्या बंदिशीचे वैशिष्ट्य ठरते. उदाहरणार्थ, पं. वसंतराव देशपांडे आणि पं. कुमार गंधर्व यांनी पत्राच्या माध्यातून एकत्र बांधलेली ही बंदिश.

एक दिवस वसंतरावांनी कुमारांना देवासला एक पत्र पाठवलं. त्यावर बंदिशीची स्थायी लिहिलेली होती.

मैं आऊँ तोरे मंदरवा
पैंया परन देहो मोरे मन बसिया ।।
त्यावर कुमारांनी उत्तरात बंदिशीचा अंतरा लिहून पाठवला,
अरे मेरो मढैय्या (घर) तोरा है रे
काहे धरो चरन मेरो मन बसिया ।।

अशा अनेक वैशिष्ट्यपूर्ण बंदिशी असतात. मग ते वैशिष्ट्य प्रसंगाचे असेल, विषयाचे, सांगीतिक, शाब्दिक किंवा भावनांचे असेल. कलाकारांनी रचलेल्या बंदिशींमध्ये त्यांच्या त्या वेळेच्या मानसिक आणि भावनिक अवस्थेचे चित्रण दिसून येते. काळानुरूप बंदिशींच्या स्वरूपामध्ये अनेक बदल होत गेले. विषय बदलले, तालवैविध्य आले, प्रस्तुतीकरण बदलले; पण बंदिशीचे महत्त्व मात्र अजूनही तसेच आहे. आजसुद्धा प्रतिभावंत कलाकार नाविन्यपूर्ण बंदिशींची रचना करत असतात. काळाप्रमाणे नवीन विचार आणि नवीन कल्पना बंदिशीतून समोर येणे हे नवीन पिढीच्या उत्तम प्रतिभेचे लक्षण मानले जाते.

ताल

''आमची सध्याची नवीन गाणी कशी ठेका धरायला लावतात! तसं तुमच्या रागसंगीतात होत नाही, म्हणून मला कंटाळा येतो,'' माझ्या आठ वर्षांच्या भाचीने शास्त्रीय संगीत न आवडण्याचा खुलासा केला. थोडा वेळ विचार करून तिला म्हटले, ''तुमचं काय ते सध्याचं पॉप्युलर संगीत आहे ना, त्यातून ऱ्हिदम काढून बघ! आणि मग तुला कळेल तेसुद्धा कसं अळणी वाटतं.''

याचे कारण असे की, लय आणि ताल म्हणजे संगीताचे प्राण आहेत. ही लय आपल्या रक्तात भिनलेली असते. आपला श्वास, नाडी, आपली चाल, तहान, भूक, झोप सगळे काही लयीत चालू असते. प्रत्येकाची लय फक्त कमी जास्त असते. शतपावली करताना आणि ब्रिस्क वॉकिंग करताना श्वास, नाडी आणि चालण्याची लय कमी अधिक असते. याचप्रमाणे संगीतात काही बंदिशी संथ लयीत, काही मध्य, काही द्रुत आणि काही बंदिशी अति द्रुत लयीत गायल्या जातात. भारतीय शास्त्रीय संगीतात स्वर आणि ताल यांचे अतूट नाते आहे. स्वराबद्दलची ढोबळ माहिती आपण मागील प्रकरणांमध्ये घेतली.

लय हा तालशास्त्राचा मूळ घटक आहे. लय याचा व्यावहारिक अर्थ 'गती'. तालशास्त्राच्या दृष्टीने लय म्हणजे दोन मात्रांमधले सारखे अंतर. भारतीय शास्त्रीय संगीतात लयीचे तीन प्रकार मानले जातात. 'मध्य लय' म्हणजे मध्यम गती. या लयीत म्हटलेल्या बंदिशीला 'छोटा ख्याल' असे म्हणतात. यापेक्षा कमी लय असल्यास त्याला 'विलंबित लय' म्हणतात, म्हणजेच संथ किंवा धीमी लय. यामध्ये तालाच्या दोन मात्रांमधील अंतर अधिक असते. ख्यालगायन या लयीत केले जाते. या लयीत गायलेल्या बंदिशीला 'बडा ख्याल' असे म्हणतात. मध्य लयीपेक्षा जास्त लय असल्यास त्याला 'द्रुत लय' असे म्हणतात. त्याची गती जलद असते. यामध्ये तालाच्या दोन मात्रांमधले अंतर अत्यंत कमी असते. सर्वसामान्यपणे ख्याल गायनातील शेवटची बंदिश द्रुत गतीत असते.

मैफिलीची सुरुवात सामान्यत: विलंबित लयीने होते. गायक बंदिश गाऊन झाल्यावर आपल्या प्रतिभेने रागातले स्वर आळवतात. कलाकार हळूहळू ही लय वाढवत नेतात आणि बडा ख्याल संपतो. त्यानंतर छोटा ख्याल गायला जातो.

सेकंद, मिनिट, तास ई. काल मोजण्याची मापने आहेत. संगीतातला काल मोजण्यासाठी 'ताल' ही संकल्पना वापरली जाते. जगातील कुठल्याही तालपद्धतीच्या तुलनेत भारतीय तालपद्धती ही अधिक समृद्ध आहे. मात्रा म्हणजे ठोका (**stroke**). मात्रांच्या समूहाला 'ताल' असे म्हणतात. मात्रांच्या संख्येप्रमाणे अनेक ताल भारतीय संगीतात प्रचलित आहेत. ख्याल गायनासाठी तीनताल, झूमरा, तिलवाडा, एकताल इ. ताल वापरले जातात; तर ठुमरी, कजरी यांसारख्या उपशास्त्रीय प्रकारात दीपचंदी, दादरा किंवा तत्सम ताल वापरले जातात. सुगम संगीतात आणि भक्तिसंगीतात केहरवा, भजनी, धुमाळी यांसारखे ताल वापरले जातात. कुठल्या गीतप्रकाराला कुठले तालवाद्य साजेसे आहे याचाही अभ्यास बुजुर्गांनी करून ठेवलेला आहे. ध्रुपद धमार, भजन, अभंग यांसारख्या गीतप्रकारात मृदंग, पखवाज वापरला जातो, तर ख्याल गायनासाठी तबला प्रचलित आहे. त्याचप्रमाणे लावणीसारखे गीत प्रकार ढोलकीच्या साहाय्याने गायले जातात. या व्यतिरिक्त घटम, ढोल, जेंबे, डफ, दिमडी इत्यादींसारखी वाद्ये तालसौंदर्य वाढवण्यासाठी वापरली जातात. तूर्तास आपण रागसंगीतासाठी वापरल्या जाणाऱ्या तालांचा विचार करू.

राग प्रस्तुतीकरणाची सुरुवात स्वर विस्ताराने होते. रागस्वरूप स्पष्ट झाल्यानंतर 'बंदिश' सुरू होते. इथे ठेक्याचा प्रारंभ होतो. ठेका म्हणजे तालाचे प्राथमिक बोल. बंदिशीच्या ज्या अक्षरावर ठेक्याचा पहिला बोल तबल्यावर वाजतो, उदाहरणार्थ, 'सहेला रे' या बंदिशीत 'रे' या अक्षरावर तबल्याचा पहिला बोल वाजतो, ती तालाची पहिली मात्रा असते. सांगीतिक भाषेत त्याला 'सम' असे म्हणतात. *'अलबेला सजन आयो रे'* या बंदिशीत 'आ' या अक्षरावर सम आहे, तर *'केतकी गुलाब जूही चंपक बन फुले'* मध्ये 'चं' या अक्षरावर सम आहे. बंदिश म्हणताना प्रत्येक वेळी त्या अक्षरावर ठेक्याची पहिली मात्रा वाजते आणि पुढे

प्रत्येक ओळीत वेगवेगळ्या अक्षरावर अशी सम येत राहते. भारतीय शास्त्रीय संगीतात 'सम' ही अत्यंत महत्त्वाची संकल्पना आहे. ही सम म्हणजे रसिकांचे हमखास मान डोलवायचे ठिकाण!!

पहिल्या मात्रेनंतर ठेक्याचे उर्वरित बोल तबल्यावर वाजतात. तालानुसार मात्रांची संख्या वेगवेगळी असते. ४, ६, १०, १२, १४, १६ वगैरे. मात्रेच्या संख्येनुसार तालाला वेगळी नावे असतात.

- ४ मात्रांचा केहरवा
- ६ मात्रांचा दादरा
- १० मात्रांचा झपताल
- १२ मात्रांचा एकताल
- १४ मात्रांचा आडा चौताल
- १६ मात्रांचा तीनताल

विषम मात्रांचे, म्हणजे ७, ९, ९.५, १०.५, १५ वगैरे मात्रांचे देखील ताल असतात. यामध्ये गाण्याचा विशेष सराव असावा लागतो म्हणूनच या तालात गायचे प्रमाण तुलनेने कमी असते.

प्रत्येक बंदिश एखाद्या तालात निबद्ध असते. उदाहरणार्थ, भूप रागातील *'सहेला रे'* ही १६ मात्रांत, म्हणजेच तीनतालात गायली जाते, तर कलावती रागातील *'तन मन धन तोपे वारूँ'* ही बंदिश १२ मात्रात, म्हणजेच एकतालात गायली जाते. तालाच्या प्रत्येक मात्रेवर तबल्याची अक्षरे म्हणजे बोल वाजत असतात. तबलजी आपल्या प्रतिभेप्रमाणे प्रस्तुतीकरणात बदल करत मैफिलीत रंग भरत असतो, अर्थात मूळ ठेक्याच्या आधारावरच.

तबल्यावर तालाच्या सर्व मात्रा एकदा वाजवून झाल्या, की एक वर्तुळ म्हणजेच एक फेरी पूर्ण होते आणि पुन्हा पहिली मात्रा वाजते. तालाच्या एका फेरीला 'आवर्तन' असे म्हणतात. गायन चालू असताना अशी अनेक आवर्तने होतात.

सामान्यपणे बंदिशीची एक ओळ एका आवर्तनात बांधलेली असते. उदाहरणार्थ,

- **ताल** : एकताल, मात्रांची संख्या : १२
- **मात्रा** : १ २ ३ ४ ५ ६ ७ ८ ९ १० ११ १२
- **ठेका** : धीं धीं धागे त्रक तु ना कत्त ता धागे त्रक धी ना
- **बंदिश** : रं . . ग मो पे ना . . डा . रो
- **रंग मापे ना डारो** – १२ मात्रा – एक आवर्तन
- **तंग वसन अंग अंग** – १२ मात्रा – एक आवर्तन
- **प्रकट होत ब्रिजवासी**– १२ मात्रा – एक आवर्तन
- **देखत सब**– १२ मात्रा – एक आवर्तन

वरच्या ओळीत तं, प्र, दे या अक्षरांवर 'सम' आहे.

अशा रीतीने वेगवेगळ्या तालांत, वेगवेगळ्या लयींत, वेगवेगळ्या बंदिशी म्हणत, कधी स्वरांतून, कधी आकारातून, तर कधी बंदिशीतल्या शब्दांतून रागस्वरूप उलगडून दाखवले जाते. कलाकाराचे ते स्वर, शब्द आणि लय एकत्रितपणे श्रोत्यांना स्वर्गीय आनंदाची अनुभूती देत असतात.

साथीची वाद्ये

मैफल कितीही श्रवणीय असली, तरी ती देखणी दिसते ती रंगमंचावरील गायक कलाकार, वाद्ये आणि ती वाद्ये कुशलतेने वाजवणाऱ्या साथीदारांमुळे. त्यांच्या सांगीतिक विचारांची देवाणघेवाण आणि एकमेकांना दिली जाणारी दाद या गोष्टी मैफिलीला जिवंत करत असतात. तसे नसते, तर आजकालच्या 'कराओके'प्रमाणे इलेक्ट्रॉनिक तानपुरा आणि तबल्यावर सर्रास कार्यक्रम होताना दिसले असते. मैफिलीमध्ये साथीच्या वाद्यांना आणि साथीदारांना अनन्यसाधारण महत्त्व आहे. दोन तानपुरे, हार्मोनियम, तबला, कधीतरी स्वरमंडल आणि क्वचित सारंगी अशी वाद्ये कुठल्याही शास्त्रीय संगीताच्या मैफिलीत दिसून येतात. आजकाल इलेक्ट्रॉनिक तानपुऱ्याने पारंपरिक तानपुऱ्याची जागा घेतलेली दिसते; पण मुख्यत: सोय आणि उत्तम साऊंड ही दोन कारणे या बदलासाठी पुरेशी आहेत. 'जुने ते सोने' असले तरी हा बदल जवळजवळ सर्व प्रथितयश गायकांनी स्वीकारलेला दिसून येतो. या प्रकरणामध्ये आपण याच साथीच्या वाद्यांची माहिती घेणार आहोत.

तंबोरा किंवा तानपुरा हा गायकाचा आधारस्तंभ असतो. 'तुंबरू' नावाच्या देवतेच्या खांद्यावर असलेले हे वाद्य 'तंबोरा' या नावाने ओळखले जाते. भारतीय संगीतात या वाद्याचे असाधारण महत्त्व आहे. त्याला 'नादब्रह्म' म्हटले आहे. शांत वातावरणात तंबोऱ्याच्या तारा नुसत्या छेडल्या, तरी प्रसन्न वातावरण निर्माण होते. तंबोरा सुरात मिळवताना ऐकणे हीसुद्धा रसिकांसाठी एक पर्वणी असते. पु.लं.नी याचे खूप सुंदर वर्णन केले आहे. ते लिहितात, *'तंबोरे जुळले जात असताना ऐकणे हे प्रसाधनात गुंग झालेल्या युवतीला पाहण्यासारखे आल्हाददायक आहे. बुच्च्या कानांच्या पाळ्यांवर मोत्याची कुडी चढवल्यावर जसा ट्रान्सफर सीन होतो, तसाच कुंद बोलणाऱ्या तंबोऱ्याच्या तारांवर जव्हार बोलायला लागली की होतो. तो स्वर आता गायकाच्या गळ्यातून बाहेर केव्हा पडतो याची उत्कंठा श्रोत्यांना लागते. प्रसाधन संपल्यावर ती सौंदर्यवती आता आपल्याकडे पाहून प्रसन्न स्मिताची मेहेरबानी केव्हा करेल, या उत्कंठेसारखीच ही पहिल्या षड्ज–मीलनाची उत्कंठा असते.'*

विद्यार्थीदशेत अशा सुरेल तानपुऱ्याच्या साहाय्याने स्वरांची मेहनत केल्यास स्वरस्थाने डोक्यात अधिक पक्की व्हायला मदत होते. तंबोरा या वाद्यात चार तारांचा समावेश असतो. या चार तारा विशिष्ट सुरात मिळवून फक्त छेडल्या जातात. साधारण तंबोऱ्यातील पहिली तार रागातल्या स्वराप्रमाणे पंचमात किंवा मध्यमात लावली जाते. मधल्या दोन तारा मध्य सप्तकातल्या षड्जात लावल्या जातात, तर शेवटची तार मंद्र सप्तकातल्या षड्जात लावली जाते. तंबोऱ्यावर वरकरणी पाहता चार तारा वाजत असल्या तरी तारांच्या कंपनातून संपूर्ण सप्तकातले स्वर निर्माण होत असतात. अभ्यासाने आणि सरावानेच ते ऐकू येत असले, तरी प्रत्येक गायकाला गाताना त्या स्वरांचा भरणा मिळत असतो. तंबोऱ्यातला स्वर पुरेसा ऐकू येईल आणि त्याचा भरणा मिळेल अशा प्रकारे वेगवेगळे गायक आपापली सवय, सोय, गरज, शोभा आणि आवश्यकतेनुसार तंबोरा धरत असतात. अनेक वेळा गायक कलाकारांच्या मागे त्यांचे शिष्य तंबोरा छेडत असतात आणि गायक स्वत: 'स्वरमंडल' घेऊन गाताना दिसतात. स्वरमंडल या वाद्याच्या नावामधूनच त्याचा अर्थ लक्षात येतो. स्वर अर्थात सा, रे, ग, म... आणि मंडल अर्थात गट. थोडक्यात अनेक स्वरांचा समूह म्हणजे स्वरमंडल. कलाकार गात असलेल्या रागातले स्वर, स्वरमंडलाच्या तारांमधून लावले जातात. यातून कलाकाराला स्वरांचा भरणा तर मिळतोच, पण रागाचा एक सुंदर 'माहोल' तयार व्हायला मदत होते. तारांवर बोटांचा हळुवार स्पर्श करत स्वरमंडलाच्या तारा छेडल्या जातात.

मैफिलीत स्वरसाथ करणारे अजून एक वाद्य म्हणजे 'हार्मोनियम'. महाराष्ट्रात या वाद्याला 'पेटी'देखील म्हणत असले, तरी सर्वत्र हार्मोनियम या नावानेच हे वाद्य परिचित आहे. सुरांशी संवाद साधणारे वाद्य म्हणून पं. मनोहर चिमोटे गुरुजींनी या वाद्याला 'संवादिनी' असे साजेसे नाव बहाल केले. हिंदुस्थानी संगीतासाठी या वाद्याचा प्रथम प्रयोग मराठी संगीत नाटकांच्या माध्यमातून सुरू झाला तो १८८२मध्ये, आणि तेव्हापासून एका स्वतंत्र स्वरवाद्याची देणगी भारतीय संगीताला मिळाली. त्यापूर्वी मैफिलीत स्वरांसाठी सारंगीचा वापर असे. मानवी गळ्याच्या अत्यंत जवळ जाणारे वाद्य म्हणून मैफिलीत सारंगीला विशेष स्थान होते. असे असले तरी हुबेहूब कंठातून बाहेर येणाऱ्या आवाजाप्रमाणे हे वाद्य ऐकू येत असल्याने, काळाच्या ओघात ते मागे पडले. सारंगीच्या तुलनेत हार्मोनियमचा साऊंड contrast होता आणि म्हणूनच मानवी गळ्याबरोबर तो अधिक भावला. याच कारणामुळे संवादिनी ही मैफिलींत अधिक प्रचलित झाली. हळूहळू सारंगीचे प्रमाण कमी होत गेले आणि आज संवादिनी बहुतेक सर्व मैफिलींत आपले स्थान टिकवून आहे. तंबोरा आणि तबला संवादिनीच्या साहाय्याने स्वरात मिळवले जातात. कलाकाराला स्वरांचा भरणा देण्याच्या बरोबरीने स्वरसाथ

करण्याचे अत्यंत महत्त्वाचे काम संवादिनी करत असते. गायकाच्या गळ्यातून बाहेर पडणाऱ्या स्वरांना या संवादिनीमार्फत पूरक स्वरसाथ मिळत असते. प्रसंगी गायकाला गायनाच्या दरम्यान अल्प काळ विश्रांती देण्याचेही महत्त्वाचे काम संवादिनी करत असते आणि याच वेळी वादकाचे वाद्यावरील कौशल्य आणि प्रभुत्व त्याच्या वादनातून दिसून येते. आजकाल सोयीसाठी नेहमीच्या आकारापेक्षा लहान म्हणजे केवळ अडीच सप्तकाची हार्मोनियम तयार केली जाते. स्वरसाथीशिवाय स्वतंत्र वादनासाठीदेखील हार्मोनियमचा वापर केला जातो.

मैफिलीतले सर्वाधिक लोकप्रिय वाद्य म्हणजे 'तबला'. संगीताची आवड निर्माण व्हावी म्हणून बहुतेक पालक आपल्या मुलांना तबल्याच्या क्लासमध्ये पाठवताना दिसून येतात. तबल्यातून निघणारे वेगवेगळ्या प्रकारचे नाद, हे त्याच्या लोकप्रियतेचे मुख्य कारण असावे. भारतीय संगीतात साथसंगतीसाठी आणि स्वतंत्र वादनासाठी हे वाद्य वापरले जाते. या वाद्याच्या जोडीमध्ये उजव्या हाताने वाजवतात त्याला 'तबला' म्हणतात, तर डाव्या हाताने वाजवतात त्याला 'डग्गा' अथवा 'बायाँ' असे म्हणतात. डग्याचा उपयोग खर्ज ध्वनी काढण्यासाठी तर तबल्याचा वापर उच्च ध्वनी काढण्यासाठी केला जातो. तबला हे वाद्य ताल आणि लय दाखवण्यासाठी वापरले जात असल्याने मैफिलीत चैतन्य निर्माण करते. रागसंगीतात तबल्यावर एखादा 'ठेका' चालू असला, तरी तो कधी आणि किती भरून वाजवायचा हा भाग महत्त्वाचा असतो. तबल्यावर वाजणारा ठेका हा कायम गायकीला पूरक असावा लागतो, नाहीतर क्वचितप्रसंगी वरचढ किंवा कधीकधी मिळमिळीत व्हायची शक्यता असते. मैफिलीत द्रुत बंदिश चालू असताना अनेक वेळा तबल्याच्या स्वतंत्र वादनाची झलक ऐकायला मिळते. अशा वादनातून तबलजीच्या तयारीबरोबर मैफिलीत अधिक रंग भरण्याचे काम तबलजी करत असतात.

हार्मोनियम आणि तबला ही दोन्ही वाद्ये मिळून मैफिलीचा दर्जा उंचावत असतात. तिन्ही कलाकारांच्या एकत्रित मिलाफामुळे मैफल रंगते. कलाकारांच्या एकत्रित सादरीकरणात, रंगमंचावर कधी स्पर्धात्मक, तर कधी खेळीमेळीचे, कधी उत्कट, तर कधी आक्रमक, कधी शांत, तर कधी संवेदनशील वातावरण निर्माण होत असते आणि हा प्रत्येक अनुभव आल्हाददायक आणि शब्दातीत असतो, हे मात्र नक्की!

ख्याल

'ख्याल' हा एक फारसी शब्द आहे, ज्याचा शब्दशः अर्थ आहे 'खयाल', म्हणजेच कल्पना किंवा विचार. वेगवेगळ्या शब्दकोशांत 'ख्याल' या शब्दाचे वेगवेगळे अर्थ दिले आहेत. ध्यान, विचार, प्रवृत्ती, अंदाज, भावना वगैरे. सर्वांचा अर्थ लक्षात घेतला, तर त्याचा मथितार्थ 'कल्पना' असाच आहे. कलाकाराची कल्पना जेवढी उत्कट, तेवढी त्याची कला उत्कृष्ट. ख्याल संगीतात गायक राग नियम सांभाळून आपल्या कल्पनेनुसार रागाचा विस्तार करत असतात. गायकाची प्रतिभा, तालीम, आकलन, विचारशक्ती आणि गळ्याची तयारी या सर्वांचा संगम म्हणजे ख्यालगायन. साधारण गेल्या काही शतकांत ख्याल गायनपद्धती प्रचलित होत गेली आणि आज ती सर्वाधिक लोकप्रिय आहे. ख्यालगायन स्वरप्रधान शैली आहे. ध्यानसाधनेत जसे साधकाचे मन एकाग्र होऊन चित्तवृत्ती स्थिर होतात, तशीच काहीशी अनुभूती ख्यालगायनात गायकाला येते. हा अनुभव श्रोत्यालादेखील येऊ शकतो.

पूर्वी ख्याल ही ईश्वराशी निगडित असलेली भक्तीपूर्ण शैली होती, ज्यामध्ये देवदेवतांचा महिमा किंवा त्यांचे वर्णन असे. अठराव्या शतकात मुघल सम्राट मोहम्मद शाह यांच्या काळात ख्यालगायनात बदल होण्यास सुरुवात झाली. त्यांच्या दरबारात 'सदारंग' आणि 'अदारंग' हे दोन गायक होते. त्यांनी ख्यालसंगीताचा इतका प्रसार केला, की त्याचा प्रभाव आजही दिसून येतो. ख्यालसंगीताशिवाय आजचे रागसंगीत अपूर्ण आहे. ख्यालाचे दोन प्रकार आहेत. 'विलंबित' आणि 'द्रुत'. विलंबित ख्याल संथपणे गायले जातात. याला 'बड़ा ख्याल' असेही संबोधतात. एकेक स्वर लांबवत, न्यास करत स्वरविस्तार केला जातो. मागील प्रकरणात उल्लेख केल्याप्रमाणे जो ख्याल जलद गतीत गायला जातो, त्याला 'द्रुत ख्याल' किंवा 'छोटा ख्याल' असे संबोधतात. आजकालच्या मैफिलीत बडा आणि छोटा अशा दोन्ही ख्यालांचा समावेश असतो. संगीताच्या वेगवेगळ्या घराण्यांमध्ये आपापल्या खास ढंगाप्रमाणे ख्यालगायन केले जाते.

पूर्वी ख्यालाच्या बंदिशीत स्थायी आणि अंतरा यांखेरीज अधिक खंड असायचे. त्यांना 'संचारी' आणि 'अभोग' असे म्हणत. ख्यालाच्या रचनेत संपूर्ण रागस्वरूप प्रदर्शित करण्याचा प्रयत्न असतो. त्याची लय विलंबित असल्यामुळे बडा ख्याल हा अधिक गंभीर प्रकृतीचा असतो.

त्या उलट छोटा ख्याल द्रुत लयीत गायला जातो. छोटे ख्याल चंचल प्रकृतीचे असतात, त्यामुळे श्रोत्यांमध्ये चेतना जागते, उत्साह निर्माण होतो. ख्याल संगीतात रागाची बढत करत राग सौंदर्य उलगडून दाखवायला अलंकार, आलाप, सरगम, ताना यांसारखे अनेक दागिने वापरले जातात. त्यामुळे कलाकाराच्या तयारीबरोबर रागाचे अनेक पैलू उलगडले जातात. त्या आभूषणांचा आपण इथे विचार करू.

- **अलंकार :** आपल्याकडे असलेले १२ स्वर म्हणजे १२ रंगांची फुले आहेत असे समजू या. आता त्याचा आपल्याला हार बनवायचा आहे. सौंदर्यदृष्टी असलेला कलाकार त्यातली निवडक फुले घेऊन आकर्षक रंगसंगती साधत, त्याची छान रचना करत, मोहक असा हार गुंफेल. एखाद्या फुलाचा प्रकार जास्त वापरेल किंवा एखादा कमी. त्यात प्रमाणबद्धता असेल. अशीच मांडणी स्वरांची केली, की गायनाला सौंदर्य प्राप्त होते. थोडक्यात अलंकार म्हणजे स्वरांचा गुंफलेला हार.

उदाहरणार्थ,

सासारे रेरेग गगम ममप पपध धधनी नीनीसा

सारेगरेसा रेगमगरे गमपमग मपधपम पधनीधप धनीसानीध नीसारेसानी सारेगरेसा

अलंकाराला 'पलटा' असेही म्हणतात. संगीताच्या विद्यार्थ्यांना सर्वप्रथम अलंकारच शिकवले जातात. अलंकार शिकल्याने स्वरज्ञान, कंठसाधना, स्वरवाक्य तयार करण्याची क्षमता, आलाप, तान तयार करण्याचे कौशल्य विद्यार्थीदशेत आत्मसात करता येते.

- **आलाप :** स्वरांचे हे अलंकार जेव्हा मुक्तपणे गायले जातात, तेव्हा त्याला 'आलाप' असे म्हणतात. आलापात रागातले स्वर आळवले जातात. बहुधा आकारात (आऽऽ) सूर लावला जातो, म्हणजेच स्वरसमूह आकारात गायले जातात. यामध्ये अनुक्रमे एकएक पुढचा स्वर घेऊन वेगवेगळ्या स्वराकृती गायल्या जातात. त्यात रागनियमाला धरून स्वरावर ठेहरावही केला जातो. आलाप म्हणजे मनाजोगता एकएक सूर लांबवणे. संथ आलापातून स्वराचा आणि आलाप संपताना समेचा आनंद आलापातून मिळत असतो. काही कलाकार आकाराऐवजी ऊ-कारात, ई-कारात किंवा ए-कारातही आलापी करतात. काही *नोम्-तोम्-तनन-री* शब्द हे वापरून आलापी करतात.

• **बोल आलाप :** यामध्ये आकाराच्या जागेवर बंदिशीतले शब्द घेऊन आलाप केले जातात. बंदिशीतले शब्द गायल्यामुळे श्रोत्यांपर्यंत भाव पोहोचवण्यास मदत होते. बोल आलाप हे लयीच्या अंगाने गायले जात असल्याने विशेष भावतात.

• **सरगम :** सरगम हा ख्याल शैलीचा एक महत्त्वाचा भाग आहे. यामध्ये आलापी आकारात न करता स्वरनाम गायले जातात. उदाहरणार्थ, म ग रे नी रे सा वगैरे. कधी मुक्त, तर कधी लयबद्ध स्वर गायले जातात. चमत्कृतीपूर्ण किंवा नाविन्यपूर्ण स्वराकृती तयार करण्यासाठी सरगमचा उपयोग होतो. साधारणपणे विलंबित ख्याल गाताना सरगम कमी किंवा संथ गतीत गायली जाते आणि द्रुत ख्यालात वेगवेगळ्या लयींत आणि जलद स्वरूपात गायलेली दिसते. अशी चमत्कृतीपूर्ण सरगम ऐकून श्रोत्यांमध्ये उत्तेजना निर्माण होते.

• **गमक :** भारतीय शास्त्रीय संगीताची मजा त्याच्या गमकेमध्ये आहे. गायन-वादन करताना स्वराला एकसारखा कंप किंवा आंदोलने देऊन स्वर घेणे, जे कानाला मधुर वाटते, त्याला 'गमक' असे म्हणतात. स्वरांना गोलाई देण्याचे काम गमक करत असते. गमकेशिवाय गायनात गोडवा निर्माण करणे अवघड गोष्ट आहे.

• **मींड :** एका स्वरापासून दुसऱ्या स्वरापर्यंत अतिशय सावकाश घसरत जाणे, याला 'मींड' असे म्हणतात. ख्यालगायनात हिला महत्त्वपूर्ण स्थान आहे. आलाप, बोल आलाप, बंदिश सगळ्यांनाच मींडमुळे सौंदर्य प्राप्त होते.

• **तान :** अलंकार जेव्हा अत्यंत जलद गतीत आणि लयीत म्हटले जातात, तेव्हा त्याला 'तान' असे म्हणतात. अर्ध्या सेकंदात साधारण चार ते पाच स्वर या वेगाने तान घेतली जाते. एकएक तान शंभर वेळा म्हणून तानेची स्पष्टता आणि गती वाढवली जाते. तानांसाठी चांगले पाठांतर लागते. स्वरांवर, लयीवर हुकमतही लागते आणि त्याशिवाय गळ्यामध्ये फिरत निर्माण करायला पूर्णपणे गायकाचा कस लागतो.

या सर्वांबरोबर अजूनही अनेक आभूषणे राग सौंदर्य उलगडण्यासाठी वापरली जातात. अशी अनेक आभूषणे असली, तरी कुठल्या रागात कुठला पैलू अधिक दाखवायचा, किंवा कुठला टाळायचा हे समजणे गायकाचे कौशल्य असते. एखादी अचानक धनलाभ झालेली स्त्री सर्व दागिने अंगावर घालून मिरवेल, पण खानदानी श्रीमंत बाई प्रसंगानुरूप, शोभेल इतकेच दागिने घालेल. संगीतातही असेच आहे. गायनातील सर्व अलंकार गळ्यातून निघतात, म्हणून सर्व एकाच रागात वापरण्यापेक्षा रागाचा भाव ओळखून निवडक अलंकारांचा वापर केल्यास योग्य रसनिष्पत्ति होण्यास मदत होते.

राग संकल्पना

'भारतीय संगीताचे वैशिष्ट्य काय?' असे विचारले, तर त्याचे उत्तर 'राग संगीत' असे आहे. हजारो वर्षांपासून चालत आलेली भारतीय शास्त्रीय संगीताची परंपरा समजून घेणे म्हणावे तितके सोपे नाही. कुठल्या तरी मोठ्या गायकाने असे म्हटले होते, 'आयुष्य संपायला आलं, तेव्हा कुठे 'यमन' कळायला लागला'. असे असताना सर्वसामान्य लोकांची गत काय ती? पण राजहंस डौलदार चालतो म्हणून इतरांनी चालूच नये असे नाही, म्हणून प्रत्येकाने संगीताच्या महासागरात खुशाल डुंबावे आणि आपापल्या कुवतीप्रमाणे आनंद घ्यावा.

'रंजयति इति राग:' अशी रागाची व्याख्या केली जाते. रंजन करतो तो 'राग'. मनाचे रंजन करणारी, विशिष्ट स्वरांची नियमबद्ध रचना म्हणजे राग. मानवी भावनांचा परिपोष आणि नवरसांचा आविष्कार या रागरचनेत सामावलेला आहे. रागाचा अभ्यास करायचा म्हणजे केवळ त्याचे शास्त्र समजून चालत नाही. रागाला स्वत:चे असे एक व्यक्तिमत्त्व असते. केवळ सोंड, चार पाय आणि शेपूट काढले तर तो हत्ती होत नसतो. त्याची चाल, त्याचा डौल, त्याची ताकद, त्याचा रुबाब हे सर्व मिळून हत्ती डोळ्यांसमोर उभा राहतो. रागाचे तसेच आहे. तो कधी गायचा, किती वेळ आणि कसा गायचा, त्याची लय, भाव असे अनंत पैलू त्यात असतात. रागाचे नुसते व्याकरण समजून घेतले की राग कळला, असे म्हणणे फार उथळपणाचे ठरेल. तरीसुद्धा एखादी रागनिर्मिती होताना कोणते नियम पाळले जावेत यासंबंधी संगीतशास्त्रात काही बंधने आहेत. ती समजून घ्यायचा आपण प्रयत्न करू.

अर्थात या प्रत्येक नियमाला काही अपवादही आहेत हे लक्षात घ्यायला हवे.

• **थाट :** बारा स्वरांची वेगवेगळी गटरचना केल्यास शेकडो राग निर्माण होऊ शकतात. या सर्व रागांचे ढोबळ वर्गीकरण (classification) केले गेले आहे. सर्व रागांपैकी साधर्म्य असलेले राग वेगवेगळ्या गटांत समाविष्ट केले जातात. हिंदुस्थानी शास्त्रीय संगीतात असे दहा गट आहेत. या प्रत्येक गटाला 'थाट' असे संबोधतात. प्रत्येक राग एखाद्या निश्चित थाटातूनच उत्पन्न झालेला असतो. म्हणूनच थाट ही रागाची जननी आहे असे म्हणतात.

• **आरोह-अवरोह :** संगीतात बारा स्वर असले, तरी एका रागात सर्व स्वरांचा समावेश नसतो. एका रागात कमीत कमी पाच स्वर, तर जास्तीत जास्त सात स्वर असतात. रागात असलेले सर्व स्वर अनुक्रमे चढत्या आणि उतरत्या क्रमाने गायले जातात. स्वरांच्या चढत्या क्रमाला (ascending order) 'आरोह' आणि उतरत्या क्रमाला (descending order) क्रमाला 'अवरोह' असे म्हणतात. उदाहरणार्थ, भूप रागात पाच स्वरांचा समावेश असतो.

- **आरोह :** सा रे ग प ध सा आणि
- **अवरोह :** सा ध प ग रे सा असा आहे.

आरोह-अवरोह नीट समजणे ही रागाची पहिली पायरी असते.

• **वादी-संवादी :** वादी स्वर म्हणजे रागातला मुख्य स्वर. जो स्वर रागात सर्वात जास्त वापरला जातो आणि इतर स्वरांचा वापर वादी स्वरांच्या अनुषंगाने केला जातो. थोडक्यात रागातल्या स्वरसमूहाचा तो राजा असतो. त्या रागातल्या उपमुख्य स्वराला 'संवादी' असे म्हणतात. मुख्य स्वराच्या खालोखाल संवादी स्वर वापरला जातो. प्रत्येक रागात एकच वादी आणि एकच संवादी स्वर असतो.

• **पकड :** रागाचे स्वरूप स्पष्ट करण्यासाठी रागामधील विशिष्ट स्वरसमूह वारंवार गायले जातात, त्या स्वरसमूहाला रागाचे मुख्य अंग किंवा 'पकड' असे म्हणतात. रागांची विशिष्ट स्वरसंगती हीच त्या रागाची ओळख असते. जसे उंटाचे कुबड, जिराफाची उंची किंवा सिंहाची आयाळ हे त्या त्या प्राण्यांची ओळख दाखवतात, तसे काही रागांतल्या विशिष्ट स्वरसंगतींवरून राग ओळखले जातात. या स्वरसंगती अर्थातच रंजक असतात आणि त्यातून त्या रागांचे सौंदर्य दिसते.

• **जाती :** रागात किती स्वर आहेत यावरून त्या रागाची जाती ठरते. पाच स्वरांच्या रागाला 'ओडव', सहा स्वरांच्या रागाला 'षाडव', तर सर्व स्वर असलेल्या रागाला 'संपूर्ण' जातीचा राग असे म्हणतात.

● **वर्ज्य स्वर :** रागामध्ये अजिबात न लागणारा स्वर म्हणजे वर्ज्य स्वर. उदाहरणार्थ, वर दिलेल्या भूप रागाच्या आरोह अवरोहात 'म' आणि 'नी' स्वर वर्ज्य आहेत. कुठल्याही रागात दोनपेक्षा अधिक स्वर वर्ज्य नसतात. वर्ज्य स्वर पाठोपाठ येणारे स्वर नसतात. कोणत्याही रागात 'सा' हा स्वर वर्ज्य नसतो. तसेच मध्यम आणि पंचम दोन्ही स्वर एकत्रितपणे वर्ज्य असलेला एकही राग अस्तित्वात नाही.

● **ग्रह स्वर :** ज्या स्वरापासून राग गायनाचा आरंभ होतो, त्या स्वराला 'ग्रह स्वर' असे म्हणतात.

● **अंश स्वर :** जो स्वर इतर स्वरांच्या तुलनेत जास्त वापरला जातो, त्याला 'अंश स्वर' असे म्हणतात. या स्वरालाच 'वादी' किंवा 'जीव स्वर' असेही संबोधतात.

● **न्यास स्वर :** रागातल्या स्वरांपैकी दोन स्वर हे मुख्य आणि उपमुख्य असतात; ज्याला वर उल्लेख केल्याप्रमाणे 'वादी-संवादी' म्हणून संबोधतात. या व्यतिरिक्त उर्वरित स्वरांनादेखील कमीअधिक महत्त्व असते. प्रत्येक रागात कोणते स्वर कमी किंवा जास्त घ्यायचे, याबरोबर कुठले स्वर लांबवायचे आणि त्यावर ठेहराव करायचा हे ठरलेले असते. त्या स्वरांना 'न्यास स्वर' असे म्हणतात.

● **दुर्बल स्वर :** रागातल्या ज्या स्वरांना कमी महत्त्व असते, त्यांना 'दुर्बल स्वर' असे संबोधतात. या स्वरांना कमी महत्त्व असले, तरी त्यांच्याशिवाय राग पूर्ण होऊ शकत नाही.

● **विवादी स्वर :** काही वेळा रागामध्ये न लागणाऱ्या स्वराचा वापर करून रागसौंदर्य वाढवले जाते, त्याला 'विवादी स्वर' असे म्हणतात.

● **अल्पत्व :** ज्या स्वरांचा रागात खूप कमी उपयोग केला जातो, त्याला 'अल्पत्व' असे म्हणतात.

● **बहुत्व :** ज्या स्वरांना रागामध्ये प्राधान्य दिले जाते किंवा ज्या स्वरांचा वारंवार उपयोग केला जातो त्याला 'बहुत्व' असे म्हणतात. वादी-संवादी स्वर यात येतातच, पण काही वेळा त्याव्यतिरिक्त इतरही स्वर बहुत्व या संज्ञेत येतात.

● **रंजकता :** राग शास्त्रीय चौकटीत बांधलेला असला, तरी रागाचा मूळ हेतू रंजनाचा आहे. त्यामुळे रंजन हे रागाचे वैशिष्ट्य आहे. प्रत्येक रागातून वेगवेगळी रसनिष्पत्ति होत असते.

● **स्वरसंगती :** काही रागांमध्ये स्वरसंगती हीच त्या रागाची ओळख असते. जसे 'भटियार' रागामध्ये सा-ध ही स्वरसंगती त्या रागाची विशेष ओळख आहे. ती

अतिशय रंजक वाटते आणि रागातल्या इतर स्वरांबरोबर उठून दिसते.

● **गती :** प्रत्येक रागाची ठरावीक लय असते. ती बदलल्यास त्या रागाचा स्थायी भाव बदलतो. उंट, हरीण, वाघ, हत्ती या सगळ्या प्राण्यांची चालायची एक ठरावीक गती आहे. ती बदलल्यास आपल्या मनात असलेले त्याच्या विषयाचे समीकरण आपल्या मनातील संकल्पनेशी ते जुळत नाही, तसेच रागांचे असते.

● **स्वर वक्रता :** 'सा रे ग म प ध नी सा' या क्रमाला 'आरोह' म्हणतात हे आपण यापूर्वी पाहिले. कधीकधी रागचलनाप्रमाणे हे स्वर सरळ न गाता थोडी वळणे घेत गायले जातात.

● **श्रुती :** श्रुती हे भारतीय संगीताचे खास वैशिष्ट्य आहे. आपले भारतीय संगीत हे श्रुतिप्रधान संगीत मानले जाते. संस्कृत भाषेत 'श्र' धातू म्हणजे ऐकणे. जे नाद कानाला

> उदाहरणार्थ, 'सा रे ग प म ग रे ग प ध नी सा'
> असे वक्र चलन म्हणजे त्या रागाची ओळख असते.

ऐकू येतात त्याला 'श्रुती' असे म्हणतात. संगीतात अशा बावीस श्रुती आहेत.

● **पूर्वांग आणि उत्तरांग :** काही राग गंभीर प्रकृतीचे असतात. ते मंद्र आणि मध्य सप्तकात जास्त गायले जातात. अशा रागांना 'पूर्वांग प्रधान' राग असे म्हणतात. उदाहरणार्थ, दरबारी कानडा, पूरिया. या उलट काही राग चंचल प्रकृतीचे असतात. ते मध्य आणि तार सप्तकात जास्त गायले जातात. त्यांना 'उत्तरांग प्रधान' राग असे म्हणतात. उदाहरणार्थ, सोहनी, हिंडोल वगैरे.

● **रागसमय :** प्रत्येक राग गायचा प्रहर किंवा त्याची वेळ ही पूर्वनिश्चित केलेली आहे. ती वेळ पाळल्यास त्यातून निर्माण होणारा भाव किंवा त्यातून होणारी रसनिष्पत्ति मनावर अधिक परिणाम करते. जसे बागेत जाऊन भेळेचा आस्वाद घ्यायला संध्याकाळचीच वेळ हवी. सकाळी त्याची चव लागणार नाही असे नाही, पण संध्याकाळची मजा सकाळी येणार नाही. कलाकारांमध्ये रागसमयाबद्दल वेगवेगळे मतप्रवाह दिसतात.

● **रस :** मानवी भावभावनांच्या विविध छटा विविध रसांशी संबंधित आहेत. विरह, वीर, शृंगार इत्यादी रसांमधून आपण आपल्या भावना प्रकट करत असतो. प्राचीन काळापासून संगीतातही या रसांना महत्त्व आहे. रागात असलेल्या शुद्ध, कोमल आणि तीव्र स्वरांच्या अनुषंगाने रसनिर्मिती होते. त्यासंबंधी विविध प्राचीन ग्रंथांमधून विविध

प्रकारचे उल्लेख आढळतात.

वरील सर्व लक्षणे प्रत्येक रागामध्ये असणे हे शास्त्र असले, तरी हे प्रत्येक लक्षण रागाचे सौंदर्य वाढवत असते हे मात्र नक्की. बऱ्याच वेळा विद्यार्थ्यांचा गैरसमज असतो की, रागाचे आरोह–अवरोह, चलन, वर्ज्य स्वर वगैरे समजले की राग कळला; पण वस्तुस्थिती तशी नसते. रागाची व्याप्ती त्याच्या पलीकडे असते. रागाचे स्वत:चे असे एक व्यक्तिमत्त्व असते. एक राग म्हणजे अनेक गोष्टी त्यात असतात. रागामधील प्रत्येक स्वराचे महत्त्व, स्वरांचा लगाव, राग कसा खुलवायचा, त्याचा विस्तार, लय, भाव, त्यातून होणारी रसनिष्पत्ति असे अनंत पैलू त्यामागे असतात. राग केवळ शास्त्रीयदृष्ट्या बरोबर गाणे एवढेच पुरेसे नसते, तर त्यातून कलाकाराचे आणि श्रोत्यांचे मनोरंजन होणे आवश्यक असते.

काही रागांचा विस्तार करायला भरपूर वाव असतो. काही राग शांत समुद्रासारखे धीरगंभीर, तर काही धबधब्यासारखे चंचल. काही फुलबाजीसारखे फुलणारे, तर काही ज्योतीसारखे मंद तेवणारे. हे सगळे समजून गाणारा गायकच त्या रागाचे खरे स्वरूप उलगडून दाखवू शकतो. ऐकणाऱ्यानेही हे समजून घेतल्यास रागाचा भाव आणि रस समजून घ्यायला मदत होते. प्रत्येक रागात तानांच्या आतिशबाजीची अपेक्षा करावयाची नसते. रागाच्या प्रकृतीला शोभेल असेच वातावरण राखायचे असते.

संगीत हे तसे पाहता शब्दात विशद करून सांगण्याचा विषय नाही; परंतु तरीदेखील संगीताची ढोबळ माहिती घेऊन, अनभिज्ञ श्रोत्याला संगीताचा आस्वाद घेता यावा हा या पुस्तकाचा हेतू आहे. आत्तापर्यंतच्या लेखातून रागसंगीताची तोंडओळख झाली. राग ऐकून, त्याचे आकलन होऊन त्याची धून लक्षात येणे ही त्याच्या पुढची पायरी.

लहानपणी आमच्या घरात रेडियोवर राग संगीत चालू असे. 'हा कुठला राग?' असे विचारल्यावर, 'तुला या चालीशी साधर्म्य असलेले कुठले गाणे आठवते?' असे आई विचारत असे, आणि मग जरा वेळ ऐकल्यावर एखादे गाणे आठवे. गाणे बरोबर ओळखल्यास पाठीवर एक कौतुकाची थाप मिळे आणि मग त्या रागाचे नाव आई सांगत असे. राग नव्याने ओळखणाऱ्याला हीच पद्धत सर्वाधिक लागू पडते. त्यासाठी त्या रागातली गाणी माहीत असणे गरजेचे आहे. एखादा राग ऐकला की त्या रागातली गाणी शोधून काढणे आज सहज शक्य आहे. पुढच्या वेळी त्या गाण्याच्या चालीशी साधर्म्य असलेला राग ऐकला की श्रोत्याला रागही प्रयत्नाने ओळखता येईल.

उदाहरणार्थ, यमन रागाची काही प्रसिद्ध गाणी इथे दिली आहेत. या पुढे यमन राग ऐकताना त्या गाण्यांशी साधर्म्य वाटते का बघा.

- जिथे सागरा धरणी मिळते
- पांडुरंग कांती
- कबिराचे विणतो शेले
- नामाचा गजर
- प्रथम तुला वंदितो
- रंजिश ही सही
- चंदन सा बदन
- जब दीप जले आना
- वो शाम कुछ अजीब थी
- इन्ही लोगों ने ले लीना दुपट्टा मेरा

संगत-कार

मैफिलीत लागणाऱ्या वाद्यांचा आढावा आपण मागच्या एका प्रकरणात घेतला, मैफिलीत चांगल्या वाद्यांइतकेच महत्त्वाचे स्थान असते ते वाद्य कुशलतेने वाजवणाऱ्या वादक कलाकारांचे. मैफल रंगते ते त्यांच्या एकत्रित मिलाफाने. मैफल देशात असो किंवा विदेशात, प्रत्येक वादक स्वत:च्या नेहमीच्या सरावामधील वाद्याचा वापर करतात. प्रवासामध्ये वाद्याची हेळसांड होऊन चालत नाही. गायक त्या बाबतीत नशिबवानच म्हणायला हवेत, कारण गायकाला म्हणाल तिथे आपला आवाज विनासायास घेऊन जाता येतो; पण वादक कलाकारांना मात्र गायकाच्या पट्टीप्रमाणे त्या त्या स्वराचा तबला किंवा त्यांच्या सोयीची हार्मोनियम वागवत फिरावे लागते. आजकाल ज्येष्ठ कलाकारांच्या पुढे-मागे त्यांचे शिष्य त्यांची वाद्यांची ने-आण करताना दिसतात. विद्यार्थीदशेत मात्र प्रत्येकाने आपले वाद्य स्वत: उचलावे असा गुरूंचा अट्टाहास असतो. स्वत:चे वाद्य उचलण्याच्या या बाबतीतला एका गुरूंचा किस्सा फारच समर्पक आहे. हार्मोनियम शिकणाऱ्या एक विद्यार्थिनीला स्वत:चे वाद्य उचलायला त्रास वाटत होता. इतके जड वाद्य स्वत: उचलू शकत नाही, म्हणून हार्मोनियम उचलण्याच्या बाबतीत सूट द्यावी अशी विनंती करायला एक पालक क्लासमध्ये आले. त्यांचे म्हणणे गुरूंनी शांतपणे ऐकून घेतले, स्मित केले आणि सौम्यपणे म्हणाले, ''हार्मोनियम उचलत नसेल, तर तिने बासरी शिकलेली बरी!'' गुरूंच्या सल्ल्यामधील खोच लक्षात घेऊन ती मुलगी कुरकुर न करता आपले वाद्य स्वत: उचलू लागली.

वादकांचे एक महत्त्वाचे काम असते, ते म्हणजे, आपल्या वाद्याची योग्य ती निगा राखणे आणि त्याची वेळोवेळी डागडुजी करणे. व्यावसायिक वादकांकडे अनेक हार्मोनियम किंवा अनेक तबले असतात. बदलत्या हवामानापासून त्या प्रत्येक वाद्याचा बचाव करणे, सतत रियाजात ठेवून वाद्य बोलते ठेवणे अशा अनेक गोष्टी वादकांना नियमित कराव्या लागतात. चांगल्या वादकाचा अजून एक गुण म्हणजे वाजवण्यापूर्वी वाद्याचे ट्युनिंग करण्याचे, म्हणजेच वाद्य सुरात लावण्याचे कौशल्य. स्वरपेटी, तानपुरा

किंवा हार्मोनियम यांच्या स्वरावर तबला सुरामध्ये लावला जातो आणि मगच मैफिलीला प्रारंभ होतो. बऱ्याच वेळा वातानुकूलित हॉलमुळे वाद्याच्या स्वरावर परिणाम होत असतो, तिथे वादकाची कसोटी लागते.

आजकाल तर गाणे केवळ श्रवणीय नाही, तर प्रेक्षणीयही असावे लागते. म्हणूनच ध्वनी संयोजनाबरोबर प्रकाशयोजना आणि मंचावरची सजावट तितकीच महत्त्वाची ठरते. मैफिलीचा पाया संगतकार तयार करत असतात. हार्मोनियममधून मिळणाऱ्या पहिल्या षड्जापासून तालाच्या शेवटच्या मात्रेपर्यंत दोन्ही वादक खंबीर आणि आश्वासक साथ देत असतात. म्हणूनच मैफिलीत संगतकारांना अनन्यसाधारण महत्त्व आहे. मुख्य कलाकाराइतकेच साथीदार तयारीचे आणि श्रेष्ठ असतात. सर्वसामान्यपणे गायकाच्या मागे स्वरसाथीला तानपुऱ्यावर शिष्य, डाव्या हाताला हार्मोनियम वादक आणि उजव्या हाताला तबलजी असतात. क्वचित काही मैफिलींत हार्मोनियमची जागा सारंगी घेते.

मैफिलीत साथ करत असणाऱ्या वादक कलाकारांना 'संगतकार' किंवा 'साथीदार' असे म्हणतात. वरकरणी पाहता दोन्ही शब्दांचा अर्थ सारखाच असला, तरी सांगीतिक भाषेत ते वेगळे मानले जातात. साथीदार केवळ मुख्य गायकाचे अनुसरण करत असतात, तर संगतकार हे गायकाच्या सांगीतिक विचारांना वादनाने फुलवत असतात, त्यांच्या विचारांवर प्रतिक्रिया देत असतात. त्यांच्यात सांगीतिक विचारांची देवाणघेवाण चालू असते. प्रसंगी गायक अडखळला, तर ते पुढे वाट दाखवत असतात. त्यांची साथ मुख्य कलाकाराच्या गायकीला पोषक असावी लागते. गायकाचा एखादा भावलेला, रुचलेला विचारप्रवाह संगतकारांच्या पुनरावृत्तीमुळे श्रोत्यांपर्यंत अधिक सुलभतेने पोहोचतो. अर्थात तिथे गायकाची प्रत्येक जागा आपल्या वाद्यातून हुबेहूब काढत स्वत:च्या तयारीचे प्रदर्शन करणे हा उद्देश असतोच, असे नाही. वादनाची संधी मिळाल्यावर किती वाजवायचे आणि कुठे थांबायचे हे कळणेही तितकेच महत्त्वाचे असते. तसेच गायकानेही मैफिलीमध्ये आपल्या संगतकारांना वादनासाठी योग्य तो वाव देणे आणि आपलेच वर्चस्व न गाजवता कला पेश करणे आवश्यक असते. कधीकधी गायक आपल्या संगतकारांना संधी न देता एकटेच शेवटपर्यंत गात राहतात; पण साऊंडच्या दृष्टीने गाता गळा आणि वाद्य हा बदल श्रोत्यांना सुखद वाटतो. हार्मोनियमच्या साथीमुळे गायकाच्या सलग ऐकू येणाऱ्या आवाजाच्या पार्श्वभूमीवर हार्मोनियमचा आवाज चांगलाच वाटतो.

एखाद्या गायकाबरोबरचे संगतकार, बऱ्याच वेळा ठरावीक असतात. त्या ठरावीक संगतकारांबरोबर त्यांचे आविष्कार अधिक खुलतात. गायकांबरोबर रसिकांचाही असा अनुभव असतो. याचे कारण असे की, त्यांच्यामधील सांगीतिक विचारांची देवाणघेवाण

एकमेकांच्या परिचयाची असते. कुठल्या क्षणी कशी साथ हवी हे सरावाने माहीत असते, कुठे केवळ षड्जाचा भरणा, कुठे अनुसरण आणि कुठे संगत आणि कुठे कॉर्ड्स वाजवायच्या, याची संगतकारांना सरावाने समज असते आणि म्हणूनच एकमेकांच्या साथीने ते उत्तम कलाविष्कार सादर करू शकतात. गायक आणि संगतकारांचे नाते मैत्रीचे असावे लागते. नोकरीसाठी ज्या ठिकाणी आठ तास घालवायचे, तिकडचे वातावरण उत्तम असेल तर काम खेळीमेळीने पण दर्जेदार होते. रंगमंचाचे तसेच असते. मैत्रीत आपण एकमेकांच्या गुणांची कदर करतो, एकमेकांना समजून घेतो, चूकभूल सावरून घेतो, अडचणीला आधार देतो, अगदी तसेच रंगमंचावर घडते. अर्थात हे नाते केवळ रंगमंचापुरते मर्यादित नसते. व्यावहारिक जीवनातही ते तसेच असते, आणि ते तसे असेल तरच सांगीतिक सुसंवाद घडतो. असे असले तरीसुद्धा कुठल्याही नवीन कलाकाराबरोबर ऐन वेळी उत्तम गाता वाजवता येईल इतके हे कलाकार तयारीचे असतात हे मात्र नक्की.

काही कलाकार अंतर्मुख होऊन डोळे मिटून, विचारांमध्ये तल्लीन होऊन गात असतात. संगतकारांशी कोणत्याही प्रकारचा संवाद ते साधत नाहीत. या उलट, काही कलाकार संगतकारांना दाद देत, घेत, श्रोत्यांची दाद स्वीकारत, खेळीमेळीच्या वातावरणात कला सादर करत असतात. श्रोत्यांना मात्र हीच मैफल जास्त जिवंत आणि आपलीशी वाटते. मैफिलीत साथीदारांच्या मोलाचा सहभाग असल्यामुळेच इलेक्ट्रॉनिक वाद्ये आजपर्यंत संगतकारांची जागा घेऊ शकली नाहीत.

वाद्ये

वाद्यांची निर्मिती मानवी संस्कृतीइतकीच प्राचीन आहे. एका दृष्टीने सर्वांत प्राचीन वाद्य म्हणजे खुद्द मानवी शरीरच आहे. भारतीय शास्त्रकार त्याला 'दैवी वीणा' म्हणतात. गायनांच्या लय आणि स्वर या अंगांच्या उत्क्रांतीबरोबरच वाद्यांचीही उत्क्रांती झाली. कंठसंगीताचा उगमकाळ जितका प्राचीन आहे, तितकाच वाद्यसंगीताचा उगमकाळही प्राचीन आहे. त्यातही मनुष्य प्राण्याला लयीची जाणीव अगोदर झाली. चालताना किंवा पळताना होणारा लयींतला फरक, तसेच मानवी प्रतिक्रिया व्यक्त करण्यासाठी केलेल्या शारीरिक हालचाली, उदाहरणार्थ, हातांनी टाळ्या वाजविणे, पाय दणादणा आपटणे, छाती बडवणे, मांड्या बडवणे, उघड्या तोंडावर हात आपटून आवाज काढणे इत्यादी सर्वांतून लयवाद्यांची कल्पना आली. नंतर शिकारीच्या निमित्ताने विविध दगडी हत्यारे तो बनवू लागला. मग ती हत्यारे एकमेकांवर आपटून आवाज काढू लागला. मानवी आवाजातील लहान–मोठेपणा, भिन्न उंची, पशुपक्ष्यांचे आवाज यांमुळे स्वरवाद्यांची कल्पना आली. प्रारंभीच्या काळात वाळलेल्या शेंगा, लाकडी काटक्या, पोकळ ओंडके यांसारख्या वस्तूंचा वाद्ये म्हणून वापर झाला. नंतर शिकार करून आणलेल्या प्राण्याच्या कातड्याचा उपयोग केला गेला. जमिनीतील खड्ड्यावर कातडे टाकून किंवा पोकळ ओंडक्यांचे तोंड आच्छादून त्यावर हाताने किंवा काठीने आवाज काढणे ही क्लृप्ती सुचली. पोकळ नळ्यांत फुंकर मारून आवाज निघतो, हे कळल्यानंतर स्वरवाद्यांची कल्पना आली. धनुष्याच्या शोधानंतर त्यातून निघणाऱ्या टणत्कारातून तंतुवाद्याविषयी मूळ जाणीव झाली. पण या सुरुवातीच्या वाद्यांचा उपयोग केवळ करमणुकीसाठी होत नसावा. करमणुकीपेक्षाही जनावरांना किंवा शत्रूंना भिवविण्यासाठी आणि भीतीपोटी उत्पन्न केलेल्या हेतूने होता.

या सर्वांचा अर्थ एकच, अगदी प्राचीन काळापासून माणसाने निसर्गाच्या सान्निध्यात वावरताना निसर्गाकडून विविध गोष्टी शिकत आपला विकास केला. जसजसे मानवी कौशल्य प्रगत झाले, तसतशी वाद्यांच्या निर्मितीत आणि प्रकारांत वाढ झाली.

संगीतपद्धतींतील भेदांमुळे, प्रगतीमुळे आणि साधनसामग्रीच्या वैचित्र्यामुळे देशोदेशींची वाद्ये वैशिष्ट्यपूर्ण ठरली. प्राचीन संगीत ग्रंथांमधून वाद्यांचे अनेक उल्लेख आढळतात. ऋग्वेदात कांडवीणा, कर्करीवीणा, भू दुंदुभी इत्यादी वाद्यांचा उल्लेख आहे. धार्मिक ग्रंथामध्येदेखील अनेक देवदेवतांच्या हातात विविध वाद्ये दिसतात. श्रीशंकराने डमरूच्या नादात तांडवनृत्य केले, सरस्वती वीणावादिनी आहे, तर श्रीकृष्ण आपल्या बासरीने सर्व जगताला मोहिनी घालतो. निरनिराळ्या वाद्यांचे आकार आणि स्वरूप हे त्या त्या वाद्याची आवाज-उत्पादकता, वादनपद्धती आणि अन्य अपेक्षित गुणधर्म यांमुळे निश्चित झाले आहेत. संगीत शास्त्रज्ञांनी अशा वाद्यसंगीतांवर बरेच संशोधन केले आणि त्याचे एक शास्त्र बनवले आहे.

वाद्याच्या स्वरूपावरून त्यागने चार प्रकार मानले जातात.

१. तत

२. सुषीर

३. घन

४. अनबद्ध

१. तत वाद्ये : या प्रकारामध्ये तंतुवाद्यांचा समावेश होतो. यात दोन प्रकार आहेत.

- **तत** : ही वाद्ये हाताने छेडून वाजवली जातात. उदाहरणार्थ, तंबोरा, सतार, सरोद वगैरे.
- **वितत :** ही वाद्ये 'बो'च्या साहाय्याने वाजवली जातात. उदाहरणार्थ, सारंगी, दिलरुबा, व्हायोलिन वगैरे.

२. सुषीर : हवेच्या साहाय्याने वाजवली जाणारी सर्व वाद्ये सुषीर वाद्ये म्हणून संबोधली जातात. उदाहरणार्थ, बासरी, शहनाई, हार्मोनियम वगैरे.

३. घन : विविध धातूंनी बनवलेली वाद्ये घन वाद्ये म्हणून संबोधली जातात. उदाहरणार्थ, झांज, घंटा, चिपळ्या वगैरे.

४. अनबद्ध : कातड्याने मढवलेली वाद्ये अनबद्ध वाद्ये या गटात येतात. उदाहरणार्थ, मृदंग, तबला, ढोलक, पखवाज वगैरे.

या शिवाय वाद्यांच्या उपयोगांप्रमाणेही लयवाद्ये, स्वरवाद्ये, स्वतंत्रपणे वाजविण्याची म्हणजेच शुष्क वाद्ये, साथीची वाद्ये, वृंदवाद्ये तसेच देवालये, चर्च वगैरे ठिकाणी असलेली आणि धार्मिक प्रसंगी वाजविण्याची वाद्ये, रणवाद्ये, संदेशवाहक वाद्ये असेही अनेक

भेद करता येतील. शास्त्रीय संगीतवाद्यांशिवाय लोकवाद्ये आणि एकच संगीतरचना यांत्रिक क्लृप्तीच्या साहाय्याने पुनःपुन्हा वाजविण्याची स्वयंचलित वाद्ये यांचाही उल्लेख करता येईल.

● **प्राथमिक आणि प्राचीन वाद्ये :** प्राथमिक वाद्ये ही प्राचीन आहेत आणि आजही जगातील वेगवेगळ्या भागांतील आदिवासी जमातींत प्रचारात आहेत. आद्य प्राचीन संस्कृतींत प्रचारात असलेल्या पण आज नष्ट झालेल्या वा परिष्कृत रूपात अस्तित्वात असलेल्या अशा दोन्ही प्रकारांतील वाद्यांची गणना प्राचीन या सदराखाली करता येईल. पहिल्या वर्गात जास्त वाद्ये आघाती आणि घनवाद्ये आहेत. निरनिराळ्या जमातींच्या नृत्यप्रसंगी त्यांचा वापर होत असावा. खुळखुळणारी, हलवून वाजविण्याची (वाळक्या शेंगा, भोपळे वगैरेंसारखी वाद्ये), घर्षणाची (करकऱ्यासारखी), एकमेकांवर आपटून वाजविण्याची (करताल, चिपळ्या यांसारखी), हाताने आघात करून वाजविण्याची (निरनिराळ्या आकारांचे ढोल, किंवा खंजिऱ्यांसारखी) काठ्यांनी वाजविण्याची (नगारा, ताशा यांसारखी) लयवाद्ये आणि निरनिराळ्या स्वरांत लावलेल्या लाकडी पट्ट्यांनी, दगडी तुकड्यांची, घंटांची, झायलोफोन (आजही प्रचारात असलेले), मारिंबा, सांसा, पियेनचिंग यांसारखी स्वरवाद्ये, किसोर, ओंबी, नांगा यांसारखी मूळ धनुष्यापासून निघालेली ततवाद्ये आणि तोंडाने किंवा नाकाने फुंकून वाजविण्याची, जिव्हाळीची हरतऱ्हेची सुषिरवाद्ये प्राथमिक वाद्यांत होती आणि काही अद्यापही रूढ आहेत. आदिमानवाच्या संगीताच्या प्राथमिक गरजा या वाद्यांमुळे पुऱ्या होत असाव्यात.

● **भारतीय वाद्ये :** भारतीय वाद्यांची प्राचीन परंपरा वैदिक काळापासूनची आहे. या प्राचीन काळापासून प्रचारात असलेल्या वाद्यवर्गवारीचा उल्लेख आज नसला, तरी अशा चारही प्रकारच्या वाद्यांचा तपशील मात्र मिळतो.

थाट संकल्पना

भारतीय संगीतात रागसंगीताची कल्पना रुजल्यानंतर अनेक अभ्यासकांच्या, शास्त्रकारांच्या, रचनाकारांच्या कल्पकतेतून, प्रतिभेतून बदलत्या अभिरुचीनुसार रागांच्या संख्येमध्ये सतत भर पडत गेली. आजसुद्धा प्रतिभावान कलाकार नवीन रागांची निर्मिती करत आहेत. रागांच्या संख्येचे प्रमाण आणि त्याचा वाढता आलेख बघता त्याच्या वर्गीकरणाची गरज निर्माण झाली. वर्गीकरण म्हणजे समान तत्त्व असलेल्या गोष्टींच्या निकषांवर रागांची विभागणी (क्लासिफिकेशन) करणे. रागांमधल्या स्वरांची संख्या, त्याचे रागांग, त्यांमधून निर्माण होणारे रस, राग समय, वेगवेगळे कालखंड अशा अनेक निकषांवर रागांचे वर्गीकरण केले गेले. सुरुवातीच्या काळात हे वर्गीकरण राग–रागिण्या पद्धत म्हणून अस्तित्वात होती. प्राचीन रागसंगीतात मूळ सहा पुरुष राग, त्यांच्या रागिण्या, त्यांचे पुत्र राग, पुत्रवधू राग असे वर्गीकरण होते. परंतु या राग वर्गीकरणात तसे काही विशेष नियम किंवा शास्त्र नव्हते. काळाच्या ओघात ही पद्धत पूर्णपणे नष्ट झाली.

पं. भातखंडे यांनी संगीतावर फार मौलिक संशोधन करून प्रचंड ग्रंथलेखन केले. दहा थाटांत शेकडो रागांचे वर्गीकरण करण्याचे अत्यंत सुलभ आणि महत्त्वाचे संशोधन त्यांच्याकडून झाले. यांच्या 'लक्ष संगीत' या ग्रंथात दहा थाटांचा उल्लेख सापडतो. आजही हीच पद्धती प्रचलित आहे. थाट या पद्धतीचा जन्म रागांच्या वर्गीकरणासाठी झाला. त्यामुळे थाटांचे गायन अथवा वादन होत नाही. त्यात रंजन करण्याची क्षमता नसते. थाट म्हणजे स्वरांचा सांगाडा. थाट याचा शब्दश: अर्थ – अशा सात स्वरांचा समूह ज्यात राग उपन्न करण्याची क्षमता आहे. यामध्ये स्वरांचा चढता क्रम असतो. प्रत्येक थाटात सात स्वर असतातच. या दहा थाटांना त्या थाटातील लोकप्रिय रागांची नावे असतात. एका थाटापासून अनेक राग उत्पन्न होऊ शकतात. उत्तर आणि दक्षिण हिंदुस्थानी संगीत, दोन्ही थाटरचनेवर आधारित आहे. त्यांची नावे आणि संख्या मात्र वेगळी आहे. थाटांवर इतर अनेक संस्कार होऊन (उदाहरणार्थ, वादी–संवादी,

आरोह-अवरोह वगैरे निश्चित केल्यावर) त्यातून राग गायनास किंवा वादनास योग्य असे राग निर्माण होतात. थाटातील काही निवडक स्वर घेऊन रंगतदार राग निर्माण होतात; परंतु खुद्द थाट हा रंगतदार नसतो. थाट हा स्वरांचा फक्त एक सांगाडा आहे. हिंदुस्थानी संगीतात दहा थाट आहेत, ते असे - बिलावल, खमाज, काफी, आसावरी, भैरवी, कल्याण, मारवा, पूर्वी, तोडी, भैरव.

आपल्या उत्तर भारतीय संगीतात पं. भातखंडे यांची थाट वर्गीकरण पद्धती मानली जाते. तसेच दक्षिण भारतीय संगीतात पं. व्यंकटमखी यांनी संशोधन केलेले ७२ थाट वर्गीकरण पद्धती मानली जाते. वास्तविक रागांचे सूक्ष्मतम वर्गीकरणासाठी व्यंकटमखी थाट पद्धती जास्त उपयुक्त आहे; परंतु पं. भातखंडे यांनी दहा थाटांचे संशोधन करून थाट वर्गीकरण पद्धती अधिक सुलभ केली. संगीत शिकणाऱ्या विद्यार्थ्यांना ती अधिक उपयुक्त ठरली. असे असले तरीसुद्धा शेकडो रागांचे दहा थाटांत वर्गीकरण करताना अनेक अडचणी येतात; कारण थाटसंख्या केवळ दहाच असल्याने सर्व राग त्यात सामावू शकत नाहीत. त्यामुळे काही राग ओढूनताणून थाटात कोंबल्यासारखे वाटतात. तसेच काही समान स्वररचनेचे राग वेगवेगळ्या थाटात गेलेले दिसतात. या दृष्टीने ७२ थाट वर्गीकरण पद्धती जास्त उपयुक्त ठरत असावी.

थाट आणि राग यांमधील फरक असा.

१. थाटाला सात स्वरांची आवश्यकता असते, तर रागामध्ये कमीत कमी पाच स्वर असावे लागतात.

२. थाटाला फक्त आरोही क्रम असतो. रागाला आरोहाबरोबर अवरोही क्रम असतो.

३. थाट रंजक नसतो. रंजकता हा रागाचा मुख्य गुणधर्म आहे.

४. थाटाला इतर कोणतेही नियम नसतात. वादी-संवादी, वर्ज्यावर्ज्य, पकड वगैरे नियम रागाला बंधनकारक असतात.

५. थाटाचे गायन-वादन होत नाही. गायन वादनासाठीच थाटातून रागनिर्मिती झालेली आहे.

दहा थाट आणि त्यांतून निर्माण झालेले शेकडो राग असे आपण आज अभ्यासत असलो, तरी प्रत्यक्षात वस्तुस्थिती तशी नाही. राग हे काही हजार वर्षांपूर्वी जन्माला आले आहेत आणि राग निर्माण होताना थाटाचा वगैरे विचार होत नव्हता. जसे लक्षावधी प्राणी या जगात आहेत. जमिनीवरचे प्राणी, पाण्यातले प्राणी, सरपटणारे प्राणी वगैरे. आपल्या सोयीसाठी आपण त्यांचे वर्गीकरण केले. तसेच थाट-राग वर्गीकरणाचे आहे. थाट पद्धतीमुळे शास्त्रीय संगीत मौखिक परंपरेतून बाहेर येऊन त्याचे विस्तृत

दस्तावेजीकरण झाले. थाटाला रागाची जननी म्हटले जाते, कारण या थाटात राग उत्पन्न करण्याची क्षमता असते; पण वास्तविक रागनिर्मिती प्रथम झाली आणि नंतर दहा थाटांत वर्गीकरण केले गेले. दहा थाट आणि त्यांतील राग खाली दिले आहेत.

थाट	राग
• **बिलावल**	अल्हैया बिलावल, सरपरदा बिलावल, कूकुभ बिलावल, यमनी बिलावल, सुखिया बिलावल
• **खमाज**	खमाज, झिंजोटी, तिलंग, मांड, खंबावती
• **काफी**	काफी, सिंदूरा, आनंद भैरवी
• **आसावरी**	आसावरी, जौनपुरी, देसी
• **भैरवी**	भैरवी, मालकंस, भूपाल तोडी, सिंध भैरवी
• **कल्याण**	कल्याण, भूप, यमन, पहाडी
• **मारवा**	मारवा, भटियार, पूरिया, सोहोनी
• **तोडी**	तोडी, मुलतानी, गुजरी तोडी
• **भैरव**	भैरव, कालिंगडा, जोगिया, गौरी, रामकली, बैरागी

थाट आणि राग

दहा थाट आणि त्यांतून उत्पन्न झालेले काही राग आपण बघितले. या दहा थाटांविषयी थोडक्यात माहिती आपण घेऊ. काही गुणिजनांच्या मते रागांच्या या वर्गीकरणामध्ये मतभेद असू शकतात.

१. बिलावल थाट : या थाटापासून निर्माण झालेले राग म्हणजे मनाला निखळ आनंद आणि प्रसन्नता देणाऱ्या स्वरांचा एक गुच्छ! बिलावल थाट हिंदुस्थानी संगीत पद्धतीतला महत्त्वाचा आणि सर्व स्वर शुद्ध असलेला थाट आहे. त्यात अनेक राग अंतर्भूत आहेत.

- **स्वर :** सा रे ग म प ध नी सा (सर्व स्वर शुद्ध)

ऐकताक्षणीच मनाला हलकंफुलकं करणारा राग 'देसकार', वातावरण प्रसन्न करणारा राग 'भिन्न षड्ज', सूर कानी पडताक्षणीच श्रोत्यांना एखाद्या वेगळ्या विश्वात नेऊन सोडणारा राग 'दुर्गा', ही सर्व बिलावल थाटाचीच रूपे!

२. खमाज थाट : या थाटावर आधारित राग म्हणजे मनाला मोह घालणाऱ्या विविध रंगच्छटा! कोमल निषाद आणि बाकी स्वर शुद्ध असलेला थाट. बिलावल थाटात शुद्ध निषादाऐवेजी कोमल 'नी'चा समावेश करून हा थाट निर्माण होतो.

- **स्वर :** सा रे ग म प ध नी (नी कोमल)

हा शृंगाररसप्रधान थाट मानला जातो. या थाटावर आधारित कुठलाही राग ऐकला, तरी त्याचे सूर श्रोत्यांच्या मनात आनंद निर्माण करतात! या थाटातील राग खमाज, जय-जयवंती, कलावती, देस, तिलक-कामोद, झिंझोटी, तिलंग वगैरे. खमाज थाटातील खमाज, तिलंग, देस या रागांत ठुमरीसारख्या सुगम संगीतप्रकाराचे गायन-वादनही बरेच होते.

३. काफी थाट : भातखंडे पद्धतीनुसार रूढ असलेल्या राग वर्गीकरणातील हा थाट. त्यातून निर्माण होणाऱ्या रागांच्या मोठ्या संख्येमुळे सर्व थाटांत मोठा मानला जातो.

काफी राग हा अत्यंत पूर्वीच्या काळापासून गायला जाणारा राग आहे. 'ग' आणि 'नी' स्वर कोमल, बाकी स्वर शुद्ध असलेला हा थाट.

- **स्वर :** सा रे ग (ग कोमल) म प ध नी (नी कोमल)

या थाटाने हिंदुस्थानी संगीताला खूप बहारदार राग दिले आहेत, जसे राग बागेश्री, भीमपलास, पिलू, बहार, पटदीप, मियाँ मल्हार, वृंदावनी सारंग, शुद्ध सारंग इत्यादी आणि त्यासाठी गायक जन्मोजन्मी काफी थाटाच्या ऋणात असतात.

४. आसावरी थाट : काफी थाटात कोमल धैवताचा वापर केल्यास आसावरी थाट तयार होतो, म्हणजे ग, ध, नी हे स्वर कोमल आणि बाकी स्वर शुद्ध असलेला हा थाट.

- **स्वर :** सा रे ग (ग कोमल) म प ध (ध कोमल) नी (नी कोमल)

त्यागाची भावना या थाटातून निर्माण होते, म्हणून हा करुणरसप्रधान थाट मानला जातो. या थाटातले राग सकाळच्या वेळी गायले जातात; तरीसुद्धा दरबारी कानडा आणि अडाणा यांसारख्या रात्रीच्या वेळी गायल्या जाणाऱ्या रागांचा या थाटात समावेश आहे. आसावरीपासून निर्माण झालेले राग आसावरी, देसी, जौनपुरी, दरबारी कानडा आणि अडाणा इत्यादी.

५. भैरवी थाट : हिंदुस्थानी संगीतपद्धतीतील या थाटाचे प्रमुख वैशिष्ट्य म्हणजे सर्व कोमल स्वरांचा हा थाट. यात रे, ग, ध, नी हे सर्व स्वर कोमल असतात.

- **स्वर :** सा रे (रे कोमल) ग (ग कोमल) म प ध (ध कोमल) नी (नी कोमल)

हिंदुस्थानी संगीताच्या कार्यक्रमात भैरवी नेहमी शेवटी सादर करण्याचा प्रघात आहे. पं. भातखंडे यांच्या रागवर्गीकरण पद्धतीनुसार या थाटात भैरवी, सिंधभैरवी, मालकंस, चंद्रकंस, बिलासखानी तोडी, भूपाल तोडी, बसंत मुखारी यांचा मुख्यत: समावेश होतो. भैरवी रागात धृपदरचना विपुल, सारख्या ठुमऱ्या त्याचप्रमाणे सुगम रचनाही आढळतात. यावरून भैरवीची समावेशकता लक्षात येते.

६. कल्याण थाट : हा थाट शृंगाररसप्रधान आहे. 'म' तीव्र, बाकी स्वर शुद्ध असलेला हा थाट.

- **स्वर :** सा रे ग म (म तीव्र) प ध नी

या थाटात संध्याकालीन रागांचा समावेश असतो. या थाटाचा शाब्दिक अर्थ 'मंगलमय' असा आहे. हे राग संध्याकाळ झाल्याची भावना निर्माण करतात. यमन, भूपाली, बिहाग, शुद्ध कल्याण, जयतकल्याण, मालश्री, हिंडोल, हमीर, केदार, कामोद, श्यामकल्याण, छायानट, गौडसारंग हे या थाटातले काही राग. एकाच थाटातून वेगवेगळी अभिव्यक्ती असलेले भिन्न राग कसे निर्माण होऊ शकतात, याची यावरून थोडीशी कल्पना येईल.

७. मारवा थाट : 'म' तीव्र आणि 'रे' स्वर कोमल, बाकी स्वर शुद्ध असलेला हा थाट.

- **स्वर :** सा रे (रे कोमल) ग म (म तीव्र) प ध नी

मारव्यातील षड्ज हा एखाद्या सावलीप्रमाणे भासतो. संध्याकाळी तिन्हीसांजेच्या समाप्तीच्या वेळी गायला जाणारा हा राग आहे. क्षितिजावर दाटत येणारा अंधार, मनामध्ये एका वेगळ्याच प्रकारची हुरहुर निर्माण करतो. मारवा, पूरिया, सोहनी हे मारवा थाटातले राग. या तिन्ही रागांचे स्वर सारखे आहेत, परंतु त्यांचे चलन किंवा सादरीकरणाची पद्धत वेगवेगळी असल्यामुळे ते एकमेकांपासून भिन्न आहेत. जसे दोन जुळे भाऊ, दिसायला अगदी सारखे, परंतु दोघांचीही चालण्याची आणि बोलण्याची पद्धत एकमेकांहून निराळी. परंतु असे असले तरीही, हे तिन्ही राग ऐकणाऱ्यांच्या मनात एकच भाव तयार करतात. उदास, कातर आणि एकटेपणाचा भाव! मारवा रागात आधारस्वर 'सा' (षड्ज) कमी वेळा आणि वक्र चलनांतून वापरण्याच्या वैशिष्ट्यामुळे विशेष आर्तता येते, असे सर्व मान्य मत आहे.

८. पूर्वी थाट : राग 'पूर्वी' हा या थाटातील एक अतिशय भावगर्भ आणि हृदयस्पर्शी असा राग आहे. शांत, गंभीर प्रकृतीचा हा थाट आहे. 'म' तीव्र, 'रे' व 'ध' स्वर कोमल, बाकी स्वर शुद्ध असलेला हा थाट. पूरिया धनाश्री, बसंत, गौरी, श्री, परज हे पूर्वी थाटातले राग आहेत.

९. तोडी थाट : करुणरसाने ओथंबलेला थाट असे या थाटाचे यथार्थ वर्णन करता येईल. पूर्वेला क्षितिजावर सूर्योदय झालेला आहे. गोप आपल्या गायवासरांना घेऊन वनाकडे निघाले आहेत. गायींच्या आणि वासरांच्या गळ्यांतील घुंगरांचा नाद वातवरणात भरून राहिला आहे. हीच तोडी थाट आळवायची वेळ. 'रे', 'ग', 'ध' हे स्वर कोमल, 'म' तीव्र, बाकी स्वर शुद्ध असलेला हा थाट.

- **स्वर :** सा रे (रे कोमल) ग (ग कोमल) म (म तीव्र) प ध (ध कोमल) नी

गुजरी तोडी, मियाँ की तोडी हे या थाटापासून निर्माण झालेले काही राग आहेत.

१०. भैरव थाट : धीरगंभीर आणि परमेश्वराची आर्ततेने आळवणी करणारा थाट!

भैरव हे शिवाचे एक नाव. 'रे' व 'ध' स्वर कोमल, बाकी स्वर शुद्ध असलेला हा थाट होय.

- **स्वर :** सा रे (रे कोमल) ग म प ध (ध कोमल) नी

हिंदुस्थानी संगीत पद्धतीतील एक प्राचीन आणि महत्त्वपूर्ण थाट. करुणरस त्यात ओतप्रोत भरलेला दिसतो. सूर्योदयाच्या वा सूर्यास्ताच्या पूर्वी काही वेळ संधिप्रकाशाचा प्रारंभ होतो आणि नंतर काही काळ तो टिकून राहतो. या संधिप्रकाशात गायला जाणारा हा राग आहे. अगदी झुंजूमुंजूची वेळ आहे. सर्वत्र पक्ष्यांचा किलबिलाट नुकताच सुरू झाला आहे, दूरवर कुठून तरी मंदिरातील घंटानाद ऐकू येत आहे. क्षितिजावर सूर्योदयापूर्वी रंगांची उधळण होत आहे. कोणी भाविक नदीच्या पात्रात उभे राहून त्या उगवत्या भास्कराला अर्घ्य अर्पण करत आहे. हीच ती वेळ, 'भैरव राग' आळवून त्या जगन्नियंत्याला साद घालण्याची! अहिर भैरव, बैरागी भैरव, शिवमत भैरव, नट भैरव हे या थाटातले आळवायचे काही राग.

राग, थाट आणि त्यामधील निवडक गीते

दहा थाटांतल्या रागांची माहिती आपण घेतली. प्रत्येक रागातल्या काही गाण्यांचा आता आपण विचार करू. ही सर्व गीते त्या रागांच्या आधारावर बांधलेली असली, तरी काही गीतांमध्ये थोडा रागबदल होऊ शकतो. याचे कारण असे की, ही सर्व गीते त्या त्या रागाच्या बंदिशी नव्हेत, त्यामुळे त्यांना रागाचे नियम लागू नसतात. रागातले पाच स्वर, म्हणजे पाच रंग सोडून इतरही रंग वापरायची मुभा संगीतकारांना असते. कुठल्याही रागाची चौकट नसलेली अशी अनेक गीते असतात. संगीतकार एखाद्या चित्रकारासारखे वेगवेगळ्या रंगांची मुक्त उधळण करू शकतात. संगीतकाराची जशी प्रतिभा तसे त्याचे संगीत.

१. बिलावल थाट : राग 'भिन्न षड्ज' हा बिलावल थाटातील एक गोड राग! *जयदेव जयदेव जयजय शिवराया* हे वीररसाने ओतप्रोत भरलेल्या भक्तिगीताचे सूर ऐकल्यावर शरीरातील रोम न् रोम फुलून येतात. ही किमया राग 'भिन्न षड्ज'च्या सुरांचीच!

बिलावल थाटाने भारतीय शास्त्रीय संगीताला, वीररसप्रधान रागसुद्धा दिले आहेत. 'शंकरा' हा त्यांपैकीच एक राग. ऐकल्यावर कुणाचेही बाहू स्फुरण पावतील, एवढे सामर्थ्य या रागातल्या स्वरांमध्ये आहे. ऐकताच चैतन्य निर्माण करणारे *'अगं नाच नाच नाच राधे उडवू या रंग'*, *'गुरू परमात्मा परेशु'*, *'मधु मीलनात या'* इत्यादी गीते शंकरा रागातीलच आहेत.

राग 'दुर्गा' हा बिलावल थाटातून निर्माण झालेला मधुर राग! खूप लोकप्रिय असलेल्या या रागातील *'सखी मोरी रूम झूम'* ही प्रसिद्ध बंदिश. शास्त्रीय संगीताच्या रसिकांनी ही बंदीश मैफिलींमधून नक्कीच ऐकली असेल. संगीत संशयकल्लोळ या नाटकातील *'कर हा करी, धरिला शुभांगी'*, *'पायो जी मैंने'*, *'केव्हा तरी पहाटे'* ही दुर्गा रागातील प्रसिद्ध गीते.

२. थाट खमाज : हा संगीतकारांचा अत्यंत आवडता, अतिशय प्रसिद्ध आणि लोकप्रिय राग आहे असे म्हटल्यास ते वावगे ठरणार नाही. या रागावर आधारित गीतांच्या

यादी करायची म्हटली, तर एक स्वतंत्र लेखच लिहावा लागेल. वानगीदाखल राग 'देस'मधील काही चाली! *'आकाशी झेप घे रे पाखरा', 'दिसलीस तू फुलले ऋतू', 'विठ्ठला, तू वेडा कुंभार', 'ब्रह्मा विष्णू आणि महेश्वर'. 'बजे सरगम हर तरफ से गूंजे बनकर देस राग'* ही प्रसिद्ध जिंगल देस रागातीलच, हे वेगळे सांगायला नको.

'राग खमाज' हा थाट खमाजाचे नाव घेऊन गायला जाणारा राग. चित्रपटसृष्टीने राग खमाजचा वापर इतक्या प्रमाणात केला आहे, की प्रत्येकाला त्यामधील एक तरी गीत तोंडपाठ असेल. *'ओ सजना, बरखा बहार आयी', 'गुंतता हृदय हे', 'आयो कहाँ से घनश्याम', 'बडा नटखट है रे कृष्ण कन्हैया', 'कुछ तो लोग कहेंगे'*, 'या जन्मावर या जगण्यावर' इत्यादी.

थाट खमाजच्याच कुटुंबातील आणखी एक प्रेमळ सदस्य म्हणजे 'राग कलावती' आणि 'जनसंमोहिनी'. या रागातील स्वर, ऐकणाऱ्यावर अशी काही भुरळ घालतात, की हा राग एकदा ऐकून मन भरतच नाही. प्रभा अत्रे यांनी अजरामर केलेली *'तन मन धन तोपे वारूँ'* ही कलावतीमधली बंदिश शास्त्रीय संगीत ऐकणाऱ्यांसाठी नवीन नाही.

'प्रथम तुज पाहता', 'राहिले ओठातल्या ओठात', 'दे मला गे चंद्रिके प्रीती तुझी', 'जय गंगे भागीरथी', 'काहे तरसाए जियरा' ही कलावतीमधील काही प्रसिद्ध गीते.

३. काफी थाट : 'राग बागेश्री' हा काफी थाटातला एक आकर्षक राग. नाजूक आणि कोमल भावना व्यक्त करणारा हा राग. *'पंढरीचे सुख नाही त्रिभुवनी', 'बहुत दिन नच भेटलो सुंदरीला', 'घनु वाजे घुणघुणा'* ही सर्व बागेश्रीचीच रूपे.

'पिलू' रागाच्या स्वरांमध्ये खूप गोडवा जाणवतो, जो तेवढ्याच हळुवारपणे व्यक्त करण्याची क्षमताही त्या स्वरांमध्ये आहे. बऱ्याच नाट्यगीतांच्या एकापेक्षा एक सरस अशा चाली राग पिलूमध्ये बांधण्यात आल्या आहेत. जसे *'मना तळमळसी', 'परवशता पाश दैवे'*. या व्यतिरिक्त *'का हो धरिला मजवर राग', 'दे रे कान्हा चोळी अन् लुगडी', 'बलसागर तुम्ही वीर शिरोमणी'* ही सर्व पीलू रागामधील प्रसिद्ध गीते.

'राग भीमपलास'मध्ये अनेक भक्तिगीते, अभंग बांधलेले दिसून येतात. अनेक भजनांच्या चाली, विशेषत: भजनी मंडळांतून जी भजने किंवा भक्तिगीते गायली जातात, त्यांच्या चाली हमखास राग भीमपलासमध्ये दिसतात. जसे *'इंद्रायणी काठी', 'अमृताहुनी गोड नाम तुझे देवा', 'दशरथा घे हे पायसदान'* इत्यादी अनेक गीतांसाठी भीमपलास हा राग वापरण्यात आला आहेत. *'स्वकुलतारक सुता', 'काटा रुते कुणाला'* ही नाट्यगीतेही याच रागातील.

'सारंग' कुटुंबातील रागांचे वैशिष्ट्य असे की, हे राग किंवा त्यावर आधारित रचना एकदा ऐकली, की त्याची चाल मनात घर करून राहते. उदाहरणार्थ, *'जादूगर सैंया*

छोडो मोरी बैंया, 'झननन झन बाजे पायलिया' इत्यादी.

'पटदीप' हा काफी थाटातील आणखी एक नितांत सुंदर राग! याचे एक छान उदाहरण म्हणजे, *'मेघा छाये आधी रात, बैरन बन गयी निंदीया'* हे गीत! तसेच संगीत संन्यस्तखड्गमधील *'मर्मबंधातली ठेव ही'*, *'सुन्या सुन्या मैफिलीत माझ्या'*, *'प्रतिमा उरी धरोनी'* इत्यादी पटदीपमधील काही गीते.

४. आसावरी थाट : राग 'दरबारी कानडा' हा आसावरी थाटापासून निर्माण झालेला एक धीरगंभीर, प्रचलित राग. अनेक चित्रपटगीते, नाट्यगीते या रागात स्वरबद्ध करण्यात आली आहेत. *'मृगनयना रसिक मोहिनी'*, तसेच, *'रजनीनाथ हा नभी उगवला'* हे नाट्यगीतसुद्धा राग दरबारी कानडाच्या स्वरातच स्वरबद्ध केलेले आहे.

'राग जौनपुरी' हा शास्त्रीय संगीत सादर करणाऱ्या गायकांचा आवडता राग! आकाशवाणीवरील गाण्याच्या कार्यक्रमातून सकाळच्या वेळेस हमखास हा राग ऐकावयास मिळतो. *'देवा तुझा मी सोनार'* आणि *'तुझे रूप चित्ती राहो'* इत्यादी जौनपुरीमधील गीते.

५. भैरवी थाट : तसे पाहता भैरवी पहाटे गायली जाते, पण हा राग गाऊन मैफिलीचा शेवट करायची प्रथा रूढ आहे. भैरवीच्या पूर्वाधातील स्वर करुण आहेत, तर उत्तरार्ध उल्हसित वातावरण तयार करतो. या रागात सर्व स्वरांचा समावेश केला जातो. या रागात ख्याल गायन प्रचलित नाही. यामधील भावपूर्ण स्वरांमुळे श्रोते मंत्रमुग्ध होतात. यामध्ये भजन, ठुमरी, गझल वगैरे अनेक प्रकार गायले जातात. *'अगा वैकुंठीच्या राया'*, *'अवघा रंग एक झाला'*, *'सर्वात्मका सर्वेश्वरा'* इत्यादी भैरवी रागामधील काही प्रसिद्ध गीते.

'राग मालकंस' हा भैरवी थाटातला अतिशय लोकप्रिय राग. या रागाची प्रकृती शांत आणि गंभीर आहे. *'उगवला चंद्र पुनवेचा'*, *'सावळे सुंदर रूप मनोहर'*, *'कानडा राजा पंढरीचा'* ही मालकंसमधील प्रसिद्ध गीते.

'बिलासखानी तोडी' राग हा गायला अवघड पण सुमधुर आणि सुखदायी राग आहे. *'रामा रघुनंदना'*, *'झूटे नैना बोले'* ही बिलासखानी मधली गीते.

६. कल्याण थाट : अतिशय प्रसन्न आणि मनाला आनंद देणारा हा थाट आहे. 'मागे *उभा मंगेश पुढे उभा मंगेश'*, *'मी मज हरपून'* ही कल्याणमधील काही गाणी.

भूप राग याच थाटातला राग. यावरून एकाच थाटातून वेगवेगळी अभिव्यक्ती असलेले भिन्न राग कसे निर्माण होऊ शकतात, याची थोडीशी कल्पना येईल. *'माझे माहेर पंढरी'*, *'देहाची तिजोरी'*, *'माझे जीवनगाणे'* ही सर्व भूप रागातील गीते. शुद्ध

कल्याण, शाम कल्याण, खेम कल्याण हे या थाटातील काही राग.

७. मारवा थाट : *'शब्द शब्द जपून ठेव, बकुळीच्या फुलापरी'*, *'स्वरगंगेच्या काठावरती वचन दिले तू मला'* या गीतांतील जन्मजन्मांतरीची ओढ राग मारव्याच्या सुरांनीच सजवली आहे.

'राग सोहोनी' सुद्धा राग मारव्यासारखाच राग आहे. *'कट्यार काळजात घुसली'* मधील *'सुरत पिया की न छिन बिसराये'* या बहारदार नाट्यगीताचा मुखडा राग सोहोनीमध्येच बांधण्यात आला आहे. मारवा आणि सोहोनी या रागांतील सर्व गीतांच्या शब्दरचनेत एक साम्य आढळते, ते म्हणजे, ती सर्व विरहाची, एकटेपणाची भावना व्यक्त करणारी गीते आहेत.

थाट मारव्यापासूनच तयार झालेला आणखी एक अतिशय लोकप्रिय आणि नितांतसुंदर राग म्हणजे 'राग ललत'! *'विनायका हो सिद्धगणेशा'* हे ललत रागातील एक भक्तिगीत. राग ललतच्या स्वरसौंदर्याने नटलेली अजून एक रचना म्हणजे 'एक शहनशाह ने बनवा के हँसी ताजमहल' हे सिनेगीत. राग ललत या एकाच रागात विविध भाव व्यक्त करणाऱ्या संगीतरचना स्वरबद्ध केल्या गेल्या आहेत, हे त्या रागाचे आणि पर्यायाने शास्त्रीय संगीताचे खऱ्या अर्थाने शक्तिस्थान आहे.

थाट मारव्यापासून तयार झालेल्या आणखी एका रागाचा येथे उल्लेख केल्याशिवाय थाट मारव्याचे विवेचन पूर्ण होऊ शकत नाही, आणि तो राग म्हणजे 'राग पुरिया कल्याण'! हा राग जरी 'राग पुरिया' आणि 'राग कल्याण' यांच्या संयोगाने तयार झाला असला, तरीही शास्त्रीय संगीताच्या नियमानुसार त्याचा समावेश थाट मारव्याच्या अंतर्गत केला जातो. भारतीय सिने-संगीतकारांनी या रागाचा अतिशय लालित्यपूर्ण पद्धतीने उपयोग करून अनेक गीतांना अगदी अवीट गोडीच्या चाली दिल्या आहेत. *'सांज ये गोकुळी'*, *'मुरलीधर शाम हे नंदलाल'*, *'क्षणभर उघड नयन देवा'* ही त्याची काही उदाहरणे.

८. पूर्वी थाट : 'राग पूर्वी' हा पूर्वी थाटातील एक अतिशय भावगर्भ आणि हृदयस्पर्शी असा राग आहे. याचे अतिशय बोलके उदाहरण म्हणजे *'दयाघना, का तुटले चिमणे घरटे'* हे गीत! हे गीत जर संध्याकाळच्या सुमारास ऐकले, तर ते अधिक परिणामकारक वाटते. याचे कारण असे की, 'राग पूर्वी' हा संध्यासमयीचा राग आहे. कुठलाही राग किंवा त्यावर आधारित गीत जर, त्या रागाच्या गायन-वादनाचा जो समय शास्त्राने ठरवून दिलेला आहे त्या वेळेस ऐकले, तर तो राग किंवा ते गीत जास्त प्रभावी वाटते.

'राग पूरिया धनश्री' हा थाट पूर्वी वर आधारित असलेला आणखी एक लोकप्रिय राग आहे. या रागाने भावगीतांच्या दुनियेला दिलेली एक अजरामर भेट म्हणजे, *'जिवलगा, राहिले रे दूर घर माझे'*. याच रागावर आधारित एक प्रसिद्ध सिनेगीत म्हणजे *'हाए रामा, ये क्या हुआ'*!

पूर्वी थाटावर आधारित आणखी एक बहारदार राग म्हणजे 'राग बसंत'. नावाप्रमाणे वसंत ऋतूमध्ये गायला जाणारा हा राग आहे. 'राग बसंत'वरच आधारित एक चित्रपटगीत म्हणजे *'काहे छेड छेड मोहे'*.

थाट पूर्वीवर आधारित आणखी दोन राग म्हणजे 'राग श्री' आणि 'राग परज'. आपल्याला ते बहुधा शास्त्रीय संगीताच्या मैफीलीतून किंवा रेडिओवरील कार्यक्रमांतूनच ऐकायला मिळतात.

९. तोडी थाट : प्रसिद्ध नाट्यगीत *'सोहम हर डमरु बाजे'* हे तोडी रागातले, तसेच 'अगा करुणाकरा', मीराबाईचे प्रसिद्ध भजन 'साँवरो', *'अरे अरे ज्ञाना झालासी पावन'* ही सर्व भक्तिगीते राग तोडीचीच रूपे.

१०. भैरव थाट : भैरव रागाचे सगळ्यात प्रसिद्ध भावंडं म्हणजे राग 'अहिर भैरव'. अनेक मैफिलींतून हा राग आपण ऐकत असतो. *'मोहे भूल गये सांवरिया'*, *'जय शंकरा गंगाधरा'*, *'अलबेला सजन आयो री'* ही सर्व गीते अहिर भैरव या रागावरच आधारित आहेत.

'बैरागी भैरव' हा भैरव थाटातूनच तयार झालेला आणखी एक वैशिष्ट्यपूर्ण राग! नावाप्रमाणेच वैराग्याची भावना ओतप्रोत भरलेला असा हा राग आहे. *'ओंकार स्वरूपा'*, *'पैल तो गे काऊ कोकताहे'* *'गर्द सभोती रात साजणी'* ही सर्व बैरागी भैरवचीच रूपे.

'शिवमत भैरव', 'नटभैरव' हे भैरव थाटातून निर्माण झालेले आणखी काही राग. रागदारीच्या मैफिलीतून हे राग कायम सादर होत असतात.

दक्षिण आणि उत्तर हिंदुस्थानी संगीत

पूर्वी उल्लेखिल्याप्रमाणे भारतात दोन संगीत पद्धती प्रसिद्ध आहेत.

१. दक्षिण हिंदुस्थानी (कर्नाटकी) संगीतपद्धती

२. उत्तर हिंदुस्थानी संगीतपद्धती

दक्षिण हिंदुस्थानी संगीतपद्धती ही तमिळनाडू, कर्नाटक, केरळ आणि आंध्र प्रदेश येथे प्रचलित आहे, तर उत्तर हिंदुस्थानी संगीतपद्धती उर्वरित भारतात प्रचलित आहे. या दोन्ही संगीत पद्धतींचा आधारग्रंथ शारंगदेव रचित 'संगीत रत्नाकर' हा आहे. त्यामुळे दोन्ही पद्धतींच्या मूळ सिद्धान्तांमध्ये बरेच साम्य दिसून येते. दोन्ही पद्धती समजून त्या पद्धतींमधले जे काही साम्य आणि भेद प्रकर्षाने दिसून येतात, त्याचा इथे आढावा घेऊ.

- **उत्तर हिंदुस्थानी संगीत**

  १. हिंदुस्थानी संगीतात गीत आणि बंदिश है दोनच निबद्ध रूपे आहेत. बाकी संपूर्ण विस्तार अनिबद्ध रूपात केला जातो.

  २. ही पद्धती स्वरप्रधान शैली आहे.

  ३. विस्तारात आलाप, बोल आलाप, ताना वगैरे प्रकारांचा समावेश केला जातो.

  ४. विलंबित ख्यालाची लय अति विलंबित असते.

  ५. गायनशैली अनिबद्ध असल्याने गायन चालू असताना संपूर्ण वेळ तबल्यावर ठेका चालू असतो.

  ६. ध्रुपद, धमार, ख्याल, ठुमरी, भजन वगैरे शैली मैफिलींतून प्रस्तुत करतात.

- **दक्षिण हिंदुस्थानी संगीत**

  १. दक्षिण हिंदुस्थानी संगीत मुखतः निबद्ध रूपात गायले जाते.

  २. ही पद्धती लयप्रधान आणि तालप्रधान शैली आहे.

३. या शैलीमध्ये केवळ संगती, नेरावल आणि सरगम यांचा प्रयोग केला जातो.
४. दक्षिण हिंदुस्थानी संगीताचे गायन मध्य लयीत केले जाते.
५. या शैलीचे स्वरूप निबद्ध असल्याने, ठेका नसला तरी गायनाचे सौंदर्य कमी होत नाही. गायनक्रियेत मृदंगाचा वापर केवळ सौंदर्यवृद्धीसाठी केला जातो.
६. रागम्, तालम्, पल्लवी, कीर्तन वगैरे शैली मैफिलींतून प्रस्तुत केल्या जातात.

- **दोन्ही शैलींमधील साम्य**

१. दोन्ही पद्धतींमध्ये शुद्ध आणि विकृत स्वर मिळून बारा स्वरांचा समावेश असतो.
२. दोन्ही पद्धतींमध्ये राग आणि थाट संकल्पना मानली गेली आहे.
३. दोन्ही पद्धतींमध्ये आलाप गायन केले जाते.
४. दोन्ही पद्धतींमध्ये आलापांच्या आणि तानांच्या जोडीने चीज गायली जाते.

- **दोन्ही शैलींमधील भेद**

१. दक्षिण हिंदुस्थानी संगीत आणि उत्तर हिंदुस्थानी संगीत दोन्ही पद्धतींमध्ये शुद्ध आणि विकृत स्वर मिळून बारा स्वरांचा समावेश असला, तरी दोन्ही पद्धतींमधले स्वर आणि स्वरनाम वेगळे आहेत.
२. उत्तर हिंदुस्थानी संगीत पद्धतीमध्ये दहा थाट मानले जातात, तर उत्तर हिंदुस्थानी संगीतात ७२ थाटांचे प्रमाण मानले जाते.
३. दक्षिण हिंदुस्थानी संगीतामधल्या बंदिशी कन्नड, तमिळ, तेलुगू इत्यादी भाषांत बांधलेल्या असतात, तर उत्तर हिंदुस्थानी संगीत पद्धतींमधल्या बंदिशी हिंदी, ब्रज, उर्दू, पंजाबी इत्यादी भाषांत बांधलेल्या असतात.
४. दोन्ही पद्धतींमध्ये वापरले जाणारे ताल वेगवेगळे असतात.
५. दोन्ही पद्धतींमध्ये वापरला जाणारा आवाज आणि स्वरोच्चारण वेगळे असते.
६. दोन्ही पद्धतींचे आपापले स्वतंत्र राग आहेत आणि त्यामध्ये साम्य नाही, तरी अपवाद म्हणून काही रागांमध्ये साम्य दिसून येते.
७. उत्तर हिंदुस्थानी संगीतपद्धतीतल्या शुद्ध स्वराच्या सप्तकाला 'बिलावल थाट' सप्तक म्हटले जाते, तर दक्षिण हिंदुस्थानी संगीतातल्या शुद्ध स्वरांच्या सप्तकाला 'कनकांगी' किंवा 'मुखारी मेल' म्हटले जाते.

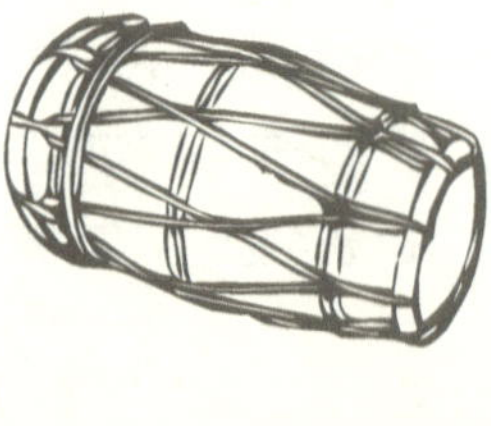

- **दोन्ही पद्धतींमधील स्वरांची तुलना**

उत्तर हिंदुस्थानी संगीतपद्धती	दक्षिण हिंदुस्थानी संगीतपद्धती
सा	सा
कोमल रे	शुद्ध रे
शुद्ध रे	पंचश्रुति रे अथवा शुद्ध ग
कोमल ग	षट्श्रुति रे साधारण ग
शुद्ध ग	अंतर ग
शुद्ध म	शुद्ध म
तीव्र म	प्रति म
प	प
कोमल ध	शुद्ध ध
शुद्ध ध	पंचश्रुति ध अथवा शुद्ध नी
कोमल नी	षट्श्रुति ध अथवा कौशिक नी
शुद्ध नी	काकली नी

भाव आणि मुद्रा

लहानपणी जेव्हा आईबरोबर संगीत मैफिलीला जायची वेळ यायची, तेव्हा थोडा वेळ गाणे ऐकून छान वाटे; पण संपूर्ण तीन तास एका जागी बसण्याची सवय मात्र नसे. त्या वेळी रंगमंचावरील एक गोष्ट विशेष लक्ष वेधून घेत असे, ते म्हणजे गायकाचे हातवारे. प्रत्येक गायकाची विशेष शैली बघून वाटे, 'या हातवाऱ्यांचा गाण्याशी काही संबंध असेल का?' काही मैफिलींच्या निरीक्षणानंतर असे लक्षात आले, की सामान्यपणे गायक जे गातात, हुबेहूब त्याचप्रमाणे त्यांचे हात लीलया फिरत असतात. संथ आलापीच्या वेळी हात सावकाश गोलाकार फिरत असतात, तर स्वरावर ठहराव करताना हेच हात स्थिर होतात. आलापांतल्या स्वरांप्रमाणे हात वर खाली होतात, तर मींड घेताना सावकाश खालून वर किंवा वरून खाली येतात. तार स्वरात गाताना हात वर जातात, तर खर्जात आपोआप खाली येतात. स्वरांच्या आंदोलनाबरोबर हातही डोलतात, तर ताना घेताना स्वरांच्या आकृतीप्रमाणे थरथर हलतात. अनेक वेळा गायकांना स्वराकृती नजरेसमोर दिसत असतात. त्याप्रमाणे हात, डोळे, मान या अवयवांच्या हालचाली होतात. मात्र याचा अर्थ पोटासमोर 'सा' छातीसमोर 'रे' इतके विशिष्ट ते नसते.

भारतीय संगीतात गायक केवळ गात नाहीत, तर आपल्या देहबोलीमधूनही व्यक्त होत असतात. ही भारतीय संगीताची खासियतच म्हणायला हवी. अनेक गायक कलाकारांचे असे हावभाव आणि हातवारे आपण सर्वांनीच अनुभवले असतील. कधी अंगठा आणि तर्जनी जोडलेली, तर कधी तळवे आकाशाकडे वळवलेले. कधी दोन्ही हात जोडलेले, तर कधी मुठी आवळलेल्या. कधी सगळी बोटे एकत्र, तर कधी दोनच बोटे ताठ. हातवाऱ्यांबरोबर गायकांचे गातानाचे हावभावही वेगवेगळे होताना दिसतात. क्वचित गायकांना गाताना त्रास होत आहे की काय अशी शंकाही येते; पण वास्तविक तसे नसते. सूर मनासारखे लागत नसले की त्रासिक भाव आपोआपच चेहऱ्यावर येतात, पण 'सुध मुद्रा सुध बानी' हेच उत्तम गायकाचे लक्षण आहे. हसतमुख चेहऱ्याने गाणारा गायक दिसायलाही जास्त छान दिसतो. याशिवाय आवाज साधनेचा तर्क

सांगतो. हसतमुखाने गायल्यास आवाज छान आणि नैसर्गिक येण्यास मदत होते.

प्रत्येक गायकाची हातवारे करण्याची विशिष्ट सवय असते. बऱ्याच वेळा गुरू आणि शिष्य यांचे गाताना होणारे हावभाव आणि हातवारे यांमध्ये साम्य दिसून येते. याचे श्रेय आपल्या गुरुशिष्य परंपरेला द्यायला हवे. केवळ हातवारेच नाहीत तर बसायची पद्धत, दाद द्यायची पद्धत, चालणे-बोलणे सगळे गुरूंसारखे होऊ लागते. हे अनुकरण सहसा मुद्दाम केलेले नसते; पण गुरूंचा शिष्यावर इतका पगडा असतो, की ते नकळत होते. सुरुवातीला काही काळ तसे होण्यात काही गैर नसते; पण महत्त्वाचे असते, वेळेत गुरूंनी शिष्याला सावध करणे! कधीतरी केवळ गुरूंचे अनुकरण करण्यातच शिष्यांना धन्यता वाटते. अशा शिष्यांची सांगीतिक कारकिर्द मात्र मर्यादित काळच टिकते.

सादरीकरणाच्या तन्मय अवस्थेत, एका धुंदीत गायकांचे हातवारे आणि हावभाव होत असतात. अनेकांना ते मुद्दाम केलेले वाटतात, पण ती एक नैसर्गिक गोष्ट असते. किंबहुना कधीतरी ते गायकाच्याही नकळत होत असतात आणि स्वत: गायकालाही त्याचे भान नसते. कला सादर करताना गायक श्रोत्यांकडे बघून गात असले, तरी ते एका तल्लीन अवस्थेत असतात; म्हणून समोर कोण श्रोते बसले आहेत, कोण आले, कोण गेले हे कलाकारांच्या गावीही नसते. कधीतरी गायकाची असांगीतिक हालचालही होत असताना दिसते. डाव्या हाताने गुडघा किंवा पायाची बोटे दाबणे, बोटांची सतत हालचाल करणे वगैरे. या हालचालींनी मात्र दृश्य स्वरूपात श्रोत्यांचे लक्ष विचलित होते आणि संगीताचा आस्वाद घेण्यात अडथळा निर्माण होतो.

सांगीतिक हातवारे करणे चांगले का वाईट याबद्दल गायकांची वेगवेगळी मते दिसून येतात. कुणी मनसोक्त हातवारे करत गातात, तर कुणी स्तब्ध राहणे पसंत करतात. गाणे चालू असताना श्रोते गायकाकडे पाहत असतात. त्यांची नजर गायकाच्या हालचालींकडे आणि हावभावांकडे असते. मर्यादित हावभाव, प्रसन्न चेहरा या सर्वांमुळे ऐकणाऱ्यांचा आनंद द्विगुणित होत असतो. पुतळ्यासारखे बसून गायल्यास, ते प्रेक्षकांना पसंत पडत नाही. गायनाला पोषक हालचाली सर्वांना मान्य असतात. हातवारे करत, एकमेकांना दाद देत चाललेली मैफील श्रोत्यांना अधिक भावते; कारण त्यात अधिक जिवंतपणा असतो. भीमसेनजींचे दोन्ही हात वर असतानाची आकृती कितीतरी लोकांना आकर्षित करते. हाताच्या मुठी घट्ट आवळून लावलेला कुमारजींचा खडा सूर थेट हृदयात घर करतो. किशोरीताईंची स्वरमंडल हृदयाशी धरून डोळे मिटून गातानाची छबी कितीतरी विलोभनीय दिसते. वादकांच्या मैफिलीत तर ही देवाणघेवाण अधिक जाणवते. कधी आपापल्या प्रतिभेने मुख्य वादक आपले वादन, आणि तबलजी आपला ठेका खुलवत असे समेवर भेटतात, जसे दोन मित्र अचानक चौकात भेटावे. तर कधी तबलजी

वादकाला असे कोपऱ्यात पकडतात, की वाटते या आवर्तनाची सम गाठणे आता अवघडच. परंतु सम जवळ येताच दोघे अशी त्यावर झडप घालतात, जशी पंचवीस फुटांवरून उडणारी एखादी घार आपल्या भक्ष्यावर झडप घालेल! हे सर्व नुसतेच श्रवणीय नाही, तर अतिरंजक, प्रेक्षणीय आणि उत्साहवर्धक असते. याच कारणामुळे रेकॉर्डिंगपेक्षा प्रत्यक्ष मैफिलीचा परिणाम अधिक चांगला वाटतो. अशी मैफल ऐकायला जाणकार आणि दर्दी श्रोते असले, की रंगमंचावरील कलाकारांनादेखील अधिक हुरूप येतो. आपल्या शब्दांतून आणि स्वरांतून श्रोत्यांपर्यंत भावना पोहोचवण्याची कला ज्याला जमली, त्याच्या दारात श्रवणभक्तांची गर्दी जमलीच म्हणून समजा. अशा गायकांना एक वेगळेच जग सापडलेले असते. ते आपल्या गाण्याने, श्रोत्यांना त्या जगाची एक सफर करून आणतात. असे गायक प्रत्यक्ष समोर नसले, तरी त्यांच्या संगीतातून मिळणारा आनंद अलौकिक असतो. असे गायक फार कमी असतात. कलाकार साधारण असले, तर कधीतरी गायन कमी आणि सादरीकरणाचा दिखावाच जास्त असतो. मग शिष्यांचा लवाजमा, अनेक साथीदार, विक्षिप्त हातवारे, चित्रविचित्र हावभाव, सादरीकरणामध्ये गद्य वगैरे गोष्टींचा समावेश करून श्रोत्यांना धरून ठेवावे लागते. कारण केवळ अमूर्त स्वरांमधून स्वर्ग उभा करणे ही अत्यंत अवघड गोष्ट असते. अशा कसरती करून आपली कला सादर करणारे कलाकार मैफल प्रेक्षणीय करायचा प्रयत्न करतात, पण ते केवळ प्रेक्षणीयच होते, श्रवणीय नव्हे.

आता पुढची मैफल ऐकताना गाण्याबरोबर, गंमत म्हणून गायकाच्या हातवाऱ्यांकडेही आवर्जून लक्ष देऊन बघा.

घराणे

'अमुक एक गायक या घराण्याचे आणि तमुक गायकांची गायकी तमुक घराण्याची' असे अनेक वेळा अनेक मैफिलींतून ऐकायला मिळते. थोडेफार गाणे ऐकलेल्यांना दोन-चार घराण्यांची नावेदेखील माहीत असतात; पण घराणे म्हणजे नेमके काय याबद्दल फारसे माहीत नसते. भारतीय संगीतात ज्या काही संकल्पना आहेत, त्यांत 'घराणे' ही प्रमुख संकल्पना आहे. धृपद, ख्याल, ठुमरी यांसारखे गायनप्रकार असोत, सतार, तबला इत्यादी वाद्ये असोत किंवा नृत्यकला असो, भारतीय संगीतामध्ये घराणी आहेतच.

जेव्हा एक सिद्ध कलाकार संगीताची एखादी सुंदर कलाकृती निर्माण करतो, तेव्हा त्यावर चिंतन-मनन होते. त्यात हवे ते बदल केले जातात. नको असलेल्या गोष्टी काढून हवे ते समाविष्ट केले जाते. कलाविष्कार रसिकांसमोर प्रस्तुत करण्यायोग्य जास्तीत जास्त सुंदर केला जातो. त्यासंबंधी कलाकाराच्या मनात विश्वास निर्माण झाला, की कला शिष्यांकडे सुपूर्द केली जाते किंवा रसिकांसमोर सादर केली जाते. रसिकांना त्या कलाविष्कारातून आनंद मिळाला की कलाकारालाही समाधान मिळते. ही गायकी शिष्यांमार्फत पुढच्या पिढीकडे सुपूर्द केली जाते. शिष्यांच्या, प्रशिष्यांच्या मार्फत एका विशिष्ट गायकीचे एक कुटुंब संगीतक्षेत्रात वावरू लागते. पूर्वीच्या काळी अनेक वेगवेगळ्या गायकांनी आपली स्वतःची अशी खास गायकी विकसित केली. त्यांची गायनपद्धती, त्यातील विचार, मर्यादा, नियम, त्यातील शिस्त सर्व काही त्यांनी आपल्या शिष्यांना शिकवले. अशा एका गायनपद्धतीच्या गायकांचा एक परिवार झाला. त्यालाच 'घराणे' असे नाव पडले. हे गायक ज्या मूळ ठिकाणाहून आले, त्या ठिकाणावरून त्या गायकीला 'विशिष्ट घराण्याचे गाणे' म्हणून ओळखले जाऊ लागले. घराण्याच्या गायकीचा प्रसार आणि हस्तांतरण मुख्यतः गुरुशिष्य परंपरेतून पुढे होत राहिले आहे.

घराणे या शब्दाला वेगवेगळी नावे असली, तरी त्याचा अर्थ आणि उद्देश एकच – उत्तम शिक्षण देऊन चांगले शिष्य घडवणे आणि शिष्यांमार्फत आपल्या घराण्याचा प्रचार आणि प्रसार करणे.

वंश, रीती, पद्धती, संप्रदाय, खानदान, स्कूल ही घराण्याची विविध नावे. संगीतातील घराण्यांची काही वैशिष्ट्ये आहेत.

१. घराणे अस्तित्वात येण्यासाठी काही पिढ्या त्यामध्ये समाविष्ट असाव्या लागतात.

२. घराण्याचे स्वत:चे काही आचारविचार आणि नियम असतात. त्यांचा स्वत:चा असा एक आराखडा असतो आणि तो रसिकमान्य असतो.

३. घराणे स्थापन होण्यासाठी एखादा आद्यप्रवर्तक असावा लागतो.

४. प्रत्येक घराण्याचे, वैशिष्ट्य असते ज्यामुळे ते दुसऱ्यापासून वेगळे दिसते.

५. प्रत्येक गायकाला आपल्या घराण्याचा अभिमान असतो आणि घराण्याच्या प्रचारासाठी ते प्रयत्नशील असतात.

ख्याल गायकीत अनेक घराणी प्रचलित आहेत. त्यातले ग्वाल्हेर, आग्रा, किराणा, जयपूर आणि पतियाळा या घराण्यांच्या गायकीचे प्रभाव सर्वत्र दिसतात. या व्यतिरिक्त अजूनही अनेक घराणी आहेत जसे मेवाती, भेंडीबजार, बनारस, दिल्ली, रामपूर-सहस्वान. परंतु पहिली पाच घराणी संपूर्ण संगीतक्षेत्रावर अनेक काळ आपला प्रभाव टिकवून आहेत. या पाच घराण्यांचा आपण थोडक्यात आढावा घेऊ.

• ग्वाल्हेर घराणे

ग्वाल्हेर घराणे म्हणजे आधुनिक संगीताचे व्यासपीठ मानले जाते. ख्याल गायकीचे हे आद्य आणि संपूर्ण घराणे मानले जाते. पं. विष्णु दिगंबर पलुस्कर, निसार हुसैन खाँ, रामकृष्णबुवा वझे, कृष्णराव पंडित, राजा भैया पूँछवाले वगैरे ग्वाल्हेर घराण्याचे प्रसिद्ध गायक आहेत. घराण्याची काही वैशिष्ट्ये पुढीलप्रमाणे :

- धृपद अंगाचे ख्याल
- जोरदार आणि खुली गायकी
- झुमरा, तिलवाडा, तीनताल, एकताल, झपताल वगैरे तालांचा अधिक उपयोग
- बंदिशींना जास्त महत्त्व
- विलंबित लय फार विलंबित गायली जात नाही.
- बोलतानांचा वापर
- गमकेचा उपयोग करून गायन

● आग्रा घराणे

आग्रा आणि ग्वाल्हेर घराण्यामध्ये बरेच साम्य आहे. फैयाज खाँ या घराण्याचे सर्वश्रेष्ठ कलाकार मानले जातात. घराण्याची वैशिष्ट्ये पुढीलप्रमाणे :

- खुला, पण जव्हारीयुक्त आवाज
- 'नोम तोम' शब्द वापरून आलापी
- विस्तार करताना बंदिशीतल्या शब्दांचा वापर
- बंदिशींना महत्त्व
- लय-तालावर विशेष प्रभुत्व

● जयपूर घराणे

'मनरंग' यांनी या घराण्याची सुरुवात केली. पुढे जाऊन या घराण्याची पतियाळा घराणे, अल्लादिया खाँ घराणे हि दोन उप-घराणी झाली.

भास्करबुवा बखले, केसरबाई केरकर, मोगुबाई कुर्डीकर हे जयपूर घराण्याचे प्रसिद्ध गायक. घराण्याची वैशिष्ट्ये पुढीलप्रमाणे :

- मोकळ्या आवाजात गायन आवाजाचा विशेष अभ्यास
- बोल उपज, अनाघात लय
- स्वरसौंदर्यावर विशेष भर
- बुद्धिमत्तापूर्ण आणि पेचदार गायकी
- अप्रचलित रागांची गायकी
- विलंबित तीनतालात अधिक प्रमाणात वापर

● किराणा घराणे

या घराण्याने अनेक सुप्रसिद्ध गायक दिले आहेत. सुरेशबाबू माने, रामभाऊ कुंदगोळकर, हिराबाई बडोदेकर, गंगुबाई हनगळ, भीमसेन जोशी वगैरे. घराण्याची वैशिष्ट्ये पुढीलप्रमाणे :

- स्वर लावायची विशेष पद्धत
- शब्दांपेक्षा स्वराला अधिक महत्त्व
- आलापप्रधान गायकी
- अति विलंबित गायकी
- वेगवेगळ्या तालांचा उपयोग कमी
- गायनात सौंदर्यदृष्टीचा प्रभाव
- मींड आणि गमकयुक्त गायकी

- **पतियाळा घराणे**

या घराण्याची स्थापना अलीबक्श आणि फत्ते अल्ली या दोन भावांनी केली. वास्तविक त्यांनी जयपूर आणि दिल्ली घराण्याची तालीम घेतली; परंतु त्यांनी आपल्या प्रतिभेने नवीन शैली प्रस्थापित केली, जी पतियाळा घराणे या नावाने ओळखली जाते. घराण्याची काही वैशिष्ट्ये पुढीलप्रमाणे :

- कलापूर्ण बंदिशी
- संक्षिप्त ख्याल
- अलंकारिक, वक्र, फिरतयुक्त ताना
- द्रुत आणि अति द्रुत ताना
- चमत्कृतीपूर्ण विस्तार
- गळ्याची विशेष तयारी

संगीतक्षेत्रात घराण्यांचे अत्यंत महत्त्वाचे योगदान आहे. वेगवेगळ्या उस्तादांच्या गायकीनुसार आणि त्यांच्या मूळ गावांवरून परंपराबद्ध 'घराणी' अस्तित्वात आली. प्रत्येक घराण्याची गानपद्धत, शैली, आलापी, बोलआलाप, स्वर लगाव, ठहराव, लयकारी, बोलतान, तानप्रकार वगैरेंची पद्धत ठरलेली आहे आणि त्यामुळेच प्रत्येक घराण्याचे अस्तित्व आणि वेगळेपण प्रकर्षाने जाणवते. गावावरून घराण्याचे नाव ठरणे, ही या संकल्पनेच्या विकासातील केवळ एक अवस्था ठरते. कारण आज घराण्याची नावे घेताच बोध होतो, तो गायन-वादन पद्धती, पेशकारीच्या शैली यांमधील वैशिष्ट्ये आणि फरक यांचाच. एवढेच नव्हे, तर प्रत्येक घराण्याचे काही रागही लोकप्रिय असतात.

- **घराण्याच्या परंपरेमुळे** :

१. भारतावर इंग्रजांचे साम्राज्य असताना संगीताचा राजाश्रय तुटला, तेव्हा केवळ घराण्यांमुळे संगीत जिवंत राहिले.

२. संगीताचा स्तर चांगला राहिला.

३. रागविस्ताराच्या वेगवेगळ्या शैली विशेष परिवर्तनाशिवाय जिवंत राहिल्या.

४. संगीताच्या शिक्षणाच्या आणि प्रसाराच्या दृष्टीने घराण्याची परंपरा उपयुक्त ठरली.

असे असले तरी हळूहळू या परिस्थितीत बदल होत गेले. विसाव्या शतकाच्या सुरुवातीला संगीतकलेच्या प्रगतीचा नवीन आलेख सुरू झाला. पं. विष्णु दिगंबर पलुसकर आणि पं. विष्णु नारायण भातखंडे यांच्या योगदानामुळे उच्चशिक्षित समाजात संगीताला परत एकदा सन्मानाचे स्थान मिळाले. संगीताच्या सामूहिक शिक्षणाची सुरुवात झाली. मोठमोठ्या शहरांत नवनवीन संगीत विद्यालयांची स्थापना होऊ लागली. यामध्ये हजारो विद्यार्थी शिक्षण घेऊ लागले. शाळांतून आणि महाविद्यालयांतूनही संगीताचा अभ्यासक्रम समाविष्ट केला गेला. या सर्व गोष्टींनी संगीताचा पुरेपूर प्रसार होत गेला. संगीतशिक्षणामुळे हजारो कानसेन निर्माण झाले; परंतु त्यातून सखोल ज्ञान घेणाऱ्यांची संख्या कमी झाली. अमर्यादित रसिक श्रोते निर्माण होत गेले; पण अभिजात संगीतात येऊ इच्छिणाऱ्या नवीन कलाकारांची संख्या कमी झाली. घराण्याच्या परंपरेवर याने एक जबरदस्त आघात केला.

गेल्या काही वर्षांत घराण्याच्या भवितव्याबद्दल दोन मतप्रवाह दिसून येतात. काही संगीततज्ज्ञांच्या मते घराणी कायमस्वरूपी अस्तित्वात राहणार, तर काहींच्या मते घराण्यांचे स्वतंत्र अस्तित्व टिकून राहणे अवघड आहे. औद्योगिक क्रांतीमुळे आज प्रत्येकाचे आयुष्य गतिमान झालेले आहे. ८-१० वर्षे गुरूगृही राहून तालीम घ्यायला कुणाकडे वेळ नाही. पूर्वीसारखा समर्पण भाव शिष्यांमध्ये दिसत नाही. सततच्या कार्यक्रमांमुळे आणि प्रवासामुळे गुरूंकडे शिष्यांसाठी पुरेसा वेळ नाही. स्वतःच्या घरात शिष्याला ठेवून शिक्षण देणे सहज, सुलभ नाही. संगीतकलेमध्ये यामुळे व्यावसायिक दृष्टिकोन आला. असे असले, तरी आजही काही शिष्य गुरुगृही राहून तालीम घेत आहेत.

पूर्वी एका घराण्याची तालीम घेत असताना दुसऱ्या घराण्याची गायकी ऐकण्याचीसुद्धा परवानगी नसे. एकाच घराण्याची शिस्त, अभ्यास, परंपरा यांचा विचार व्हावा हा त्या मागचा हेतू होता. परंतु आज आकाशवाणी, दूरदर्शन, मैफिली, यूट्यूब या सगळ्याच माध्यमांतून वेगवेगळ्या घराण्यांची गायकी सहज ऐकता येते. यामुळे संगीत शिकणाऱ्या

विद्यार्थ्यांवर वेगवेगळ्या गायकीचे संस्कार होतात. प्रत्येक घराण्यातल्या चांगल्या गोष्टी आत्मसात करण्याकडे गायकांचा कल असतो.

सोशल मीडियामुळे कुठल्याही नवीन गोष्टीचा प्रसार अत्यंत अल्प वेळेत होतो आणि परिणामी त्यातील नावीन्य हरवून बसते. संगीतातही कुठलीही नवीन शैली अत्यंत कमी वेळात जुनी होते. नवीन पिढीला सारखा नावीन्याचा ध्यास असतो. त्यामुळे नवनिर्मितीचा वेगही पूर्वीच्या प्रमाणात अधिक झाला आहे.

पूर्वी एका गुरूप्रति श्रद्धा, समर्पण, त्याग, विश्वास अशा अनेक गोष्टी शिष्याकडे होत्या; पण आज वेगवेगळ्या गुरूंकडे जाऊन थोडेथोडे शिकण्याची प्रवृत्ती वाढली आहे. अशा परिस्थितीत घराण्याची शुद्धता जपणे केवळ अशक्य होऊन बसले आहे.

काळाच्या ओघात घराण्याचे स्वतंत्र अस्तित्व टिकून राहणे अवघड झाले आहे. आज प्रत्येक गायक स्वतःची वेगळी शैली निर्माण करायच्या प्रयत्नात आहे. त्या कितीही चांगल्या असल्या तरी व्यक्तिगत रूपात त्या सीमित राहणार. नवनिर्मितीबरोबर नवनवीन शैली प्रचारात येत राहणार; परंतु त्या शैलींची दीर्घ परंपरा होणे हे आजच्या वेगवान जगात अवघड आहे आणि म्हणूनच हळूहळू घराण्याची परंपरा इतिहासजमा होईल, असे दिसते.

ललित कलांचे सादरीकरण

सौंदर्याचे एक अनोखे विश्व तयार करून श्रोत्यांना त्यात सामील करणे आणि स्वत:सहित सर्वांना आनंद देणे हा ललित कलांचा मुख्य उद्देश आहे. सौंदर्याची मूलभूत प्रेरणा प्रत्येकाच्या हृदयात निसर्गत: असते; तरीही प्रत्येकामध्ये कलेच्या माध्यमातून प्रकट होण्याची क्षमता असतेच असे नाही. पण एक सर्जनशील किंवा सिद्ध कलाकारच ते लीलया करू शकतो. जेव्हा कलाकार आपले चित्र, शिल्प, संगीत किंवा नृत्याद्वारे आपली कलाकृती प्रस्तुत करतो, तेव्हा संवेदनशील श्रोत्यांनादेखील त्या आनंदाची अनुभूती होते. म्हणूनच ललित कलांचे प्रदर्शन किंवा प्रस्तुतीकरण महत्त्वाचे असते. चित्र किंवा शिल्प या दृश्य कला आहेत, ज्यांमध्ये कलाकृती निर्माण झाल्यानंतरदेखील त्यांचा आस्वाद घेता येत राहतो. या कलांचा आस्वाद घ्यायला कलाकाराची उपस्थिती गरजेची नसते. परंतु संगीत ही श्राव्यकला आहे. गायक कलाकार जेव्हा कलाकृती सादर करतो, तेव्हा आनंदनिर्मिती होते; पण सादरीकरण पूर्ण होताच त्या कलाकृतीचा विलय होतो. याच कारणासाठी पुनःपुन्हा संगीत मैफिलींचे आयोजन केले जाते. संगीत ही अशी कला आहे, ज्यात कलाकृती रसिकांसमोरच निर्माण केली जाते. अशा अभिव्यक्तीसाठी सादरीकरणात कलाकार आणि श्रोता दोघांना एकसारखेच महत्त्व असते. सादरीकरणात वेगवेगळे उद्देश असू शकतात.

- **आध्यात्मिक :** संगीत हा परमेश्वराजवळ जाण्याचा अत्यंत जवळचा आणि सोपा मार्ग समजला जातो. पूर्वीच्या काळी साधना करत असताना ऋषीमुनींच्या हे लक्षात आले की, मन एकाग्र होण्यासाठी संगीत अत्यंत प्रभावशाली माध्यम आहे. म्हणून परमेश्वराची आराधना करण्यासाठी या कलेचा उपयोग केला गेला. संत सूरदास, मीराबाई, तुकाराम, तुलसीदास या सर्व संतांनी संगीताच्या माध्यमातून आराधना केली. आजच्या कलियुगातदेखील अनेक लोक संगीताच्या माध्यमातून आराधना करताना दिसतात. मंदिरामधून चालणारी कीर्तने, भजने ही त्याचीच उदाहरणे आहेत. अशा संगीतातून केवळ गायक कलाकारच नाही, तर श्रोत्यांनादेखील ब्रह्मानंदाची प्राप्ती

होताना दिसते. आध्यात्मिक साधनेसाठी संगीताचे स्थान कायमच महत्त्वाचे कायमच महत्त्वाचे राहिलेले आहे.

● **भावनिक :** संगीतकलेच्या निर्मितीतून कलाकार स्वत: आनंद घेतच असतो. अशी कलाकृती रसिकांसमोर सादर केल्याने कलाकाराला समाधान मिळत असते. कलाकृतीच्या माध्यमातून श्रोत्यांना त्या कलेचा पुरेपूर आनंद मिळाला, की कलाकाराला पूर्ण समाधान मिळत असते. अशा प्रकारे कला केवळ 'स्वान्तः सुखाय' राहत नाही. रसिकांच्या आनंदात कलाकाराचाही आनंद सामावलेला असतो. अशा कलेच्या सादरीकरणात कलेचा भावनिक उद्देश सफल होत असतो.

● **व्यावहारिक :** एके काळी कलेचा उद्देश केवळ आनंद आणि मनोरंजन असा होता. कलेच्या माध्यमातून स्वत: कलाकार रसिकांचे मनोरंजन करत असत. कलाकाराला सादरीकरणाची बिदागी मिळत असे; पण त्याचे स्वरूपही बक्षिसाचे असे. दरबारात झालेल्या सादरीकरणाने आनंद झाल्यास राजा गळ्यातला मौल्यवान हार काढून देत असे; पण ते मिळवण्याच्या हेतूने मात्र कलेचा उपयोग केला जात नसे. धनिक, रसिक, सरदार, श्रीमंत, राजे महाराजे कलाकारांना आश्रय देत असत. आज हे चित्र पूर्ण बदलले आहे. आज कलेला व्यावसायिक रूप प्राप्त झालेले दिसते. तसे पाहता आजही कलाकृतीतून मनोरंजनाचा आणि आनंदप्राप्तीचा हेतू असतो; पण तो आनंद मिळवण्यासाठी श्रोत्यांना तिकिटासाठी मोठी रक्कम खर्च करावी लागते. जेवढा कलाकार मोठा, तेवढी तिकिटाची रक्कम मोठी. आज अनेक कलाकारांचे गायन, वादन आणि नृत्य हे व्यवसाय आहेत. कलेच्या सादरीकरणाबरोबर आनुषंगिक व्यवसाय निर्माण झाले. संगीत शिक्षक, शास्त्रकार, समीक्षक, वाद्य तयार करणारे, वगैरे.

आज शास्त्रीय संगीताचा प्रसार मोठ्या प्रमाणात होत आहे. शाळांमधून, क्लासेसमधून, विद्यापीठांमधून अनेक विद्यार्थी संगीत शिकत आहेत. पुढे जाऊन हे सर्व गायक झाले नाहीत, तरी त्यातून उत्तम श्रोते नक्कीच होतात. पूर्वीच्या तुलनेत आजच्या मैफिलींची संख्यादेखील बरीच जास्त आहे. कुणा एकाच्या घरी होणाऱ्या छोटेखानी मैफिली आज जवळजवळ बंद झालेल्या दिसतात. आवड, उत्सुकता, पद्धत, फॅड अशा अनेक कारणांनी मैफिलींना गर्दी होताना दिसते. वाढलेल्या श्रोत्यांमुळे सादरीकरणाचेही स्वरूप बदलत चालले आहे. श्राव्य स्वरूपाबरोबर दृश्य स्वरूपाला तितकेच महत्त्व प्राप्त झालेले दिसते. कलाकारांची हजार आणि लाखांच्या घरातील बिदागी, संगतकारांचा खर्च, कार्यक्रमाचे ठिकाण, कलाकाराचा येण्या-जाण्याचा आणि राहण्याचा खर्च, मंच व्यवस्था अशा अनेक खर्चांमुळे व्यक्तिगत स्तरावर कार्यक्रम आयोजित करणे केवळ अशक्य होऊन बसते. तरीसुद्धा एखाद्या घरगुती समारंभात एखाददुसरी मैफल होत असते; पण त्याचे प्रमाण अत्यल्प असते.

सार्वजनिक कार्यक्रमांतून, पुण्यतिथी समारोह, संगीत महोत्सव, गुरुपौर्णिमा उत्सव, संगीत संमेलन वगैरे कार्यक्रमांचे आयोजन होताना दिसते. या व्यतिरिक्तही अनेक वेगवेगळ्या कारणांवरून मैफिलींचे आयोजन होत असते. अशा कार्यक्रमांचे स्वरूप थोडेबहुत वर उल्लेख केल्याप्रमाणेच असते. एक मैफल यशस्वी होण्यामागे कलाकारांच्या सादरीकरणाव्यतिरिक्त अनेक गोष्टींचा विचार करावा लागतो. त्या सर्व गोष्टी नीटनेटक्या होण्यासाठी कुशल संयोजकाची आवश्यकता असते. संगीताच्या कार्यक्रमाच्या आयोजनासाठी अनेक घटकांचा विचार करावा लागतो. उदाहरणार्थ, संयोजक, मैफिलीचे ठिकाण, कलाकार आणि संगतकार, निवेदक, श्रोते, प्रसिद्धी, इत्यादी.

● **संयोजक :** कार्यक्रम लहान असो किंवा मोठा, औपचारिक असो वा अनौपचारिक, गायक–कलाकार व्यावसायिक असो किंवा नवोदित, प्रत्येक कार्यक्रमाचे लहानमोठ्या प्रमाणात नियोजन करावे लागते. सर्वप्रथम कलाकारांची निवड, त्यांच्या सोयीनुसार कार्यक्रमाची तारीख ठरवणे, बिदागी आणि सहवादक ठरवणे इत्यादी. कधीकधी मुख्य कलाकार स्वतःच सहवादक निश्चित करतात. कार्यक्रमाला प्रायोजक शोधणे ही एक मोठी जबाबदारी असते. त्यानंतर कार्यक्रमाचे स्थान, साऊंड सिस्टिम, कार्यक्रमाला तिकिट असल्यास त्याचे दर निश्चित करणे, तिकिटे छापून घेणे, एखादा फोटोग्राफर/ व्हिडिओग्राफर नेमणे, प्रसिद्धी माध्यमांतून कार्यक्रमाला प्रसिद्धी देणे ही कामे असतात. आजकाल सोशल मीडियामुळे ही सर्व कामे सुलभ झाली आहेत. कलाकार परगावाहून येणार असल्यास त्यांची प्रवासाची व निवासाची सोय करणे, आवश्यकता असल्यास सरकारी परवानगी मिळवणे अशी अनेक कामे संयोजकांकडे असतात. मोठे कलाकार शहरात आले की त्यांना भेटायला अनेक परिचित येत असतात. त्यात शिष्य, हितचिंतक, रसिक, नातेवाईक, रिपोर्टर, सहवादक असे अनेक जण असतात. कलाकारांना विचारून ठरावीक लोकांची भेट आयोजित करणे आणि ते वेळेत आवरणे हे संयोजकाला पाहावे लागते; कारण कलाकारांची कार्यक्रमापूर्वी विश्रांती होणे तेवढेच महत्त्वाचे असते. सहकलाकारांना वेळ देऊन रिहर्सल करून घेण्याचे आणि ती संपवून वेळेत कलाकारांना कार्यक्रमस्थळी नेण्याचे काम, कार्यक्रमानंतर ठरल्या वेळेप्रमाणे कलाकारांची परतीची व्यवस्था करणे ही सर्व कामे संयोजकाकडेच असतात.

संगीत महोत्सवांमध्ये एवढ्या सगळ्या व्यवस्था एखाद्या व्यक्तीने सांभाळणे अवघड होऊन बसते. म्हणून आजकाल व्यावसायिक संयोजकांना खूप मागणी असते. कार्यक्रमाचे संयोजन करणे हा एक महत्त्वाचा स्वतंत्र व्यवसाय झाला आहे, ज्याला आपण 'इव्हेंट मॅनेजमेंट' या नावाने ओळखतो.

● **रंगमंच व्यवस्था :** कार्यक्रमात कलाकार आपली कला सादर करून रसिकांना

आनंद प्रदान करत असतात. अशा आनंदाच्या प्रसंगी कलाकार आणि श्रोते दोघांच्या चित्तवृत्ती प्रसन्न असाव्या लागतात. यासाठी रंगमंचाची आणि सभागृहाची व्यवस्था उत्तम असणे महत्त्वाचे ठरते, म्हणूनच सभागृह निवडताना उत्तम व्यवस्था असलेले आणि श्रोत्यांच्या दृष्टीने सोयीचे असे सभागृह निश्चित केले जाते. सभागृह ठरवताना अनेक महत्त्वाच्या गोष्टी ध्यानात ठेवाव्या लागतात. एक म्हणजे सभागृह किती मोठे पाहिजे याचा अंदाज घ्यावा लागतो. लहान झाल्यास आसनव्यवस्था अपुरी पडते आणि सभागृह रिकामे दिसल्यास कलाकाराचा अपेक्षाभंग होतो. दुसरी महत्त्वाची गोष्ट म्हणजे उत्तम साऊंड सिस्टिम निवडणे. कलाकारांचा आवाज श्रोत्यांपर्यंत पोहोचला नाही तर कलाकृतीचा आनंद घेता येत नाही. सभागृहात प्रतिध्वनी येत असल्यास कार्यक्रमाचा दर्जा खालावतो.

आजकाल रंगमंचाच्या दृश्य स्वरूपालाही खूप महत्त्व प्राप्त झाले आहे. कार्यक्रमासाठी रंगमंच उत्तमरीत्या सजवला जातो. अत्यंत कमी प्रकाश उदासीन वातावरण निर्माण करते; म्हणून प्रकाशयोजनेचा समर्पक विचार केला जातो.

कलाकार आणि संगतकारांना बसण्यासाठी करावयाची आसनव्यवस्था लक्षात घ्यावी लागते. कलाकारांना मऊ गादी लागते. या उलट तबल्यासाठी ती सोयीची पडत नाही.

● **कलाकार :** कार्यक्रमामध्ये मुख्य भूमिका कलाकारांची असते. रंगमंचावर स्थानापन्न झाल्यापासून मैफिलीच्या अंतिम क्षणापर्यंत कलाकार केंद्रस्थानी असतात. सभागृहात असलेल्या प्रत्येकाचे डोळे आणि कान केवळ कलाकारांकडे लागून राहिलेले असतात. कलाकारांचा पोषाख, त्यांची देहबोली, हातवारे, हावभाव, सहवादकांबरोबरचा संवाद या सर्व गोष्टींकडे श्रोत्यांचे बारीक लक्ष असते. म्हणूनच कलाकार म्हणून वावरताना त्यांच्यावर खूप मोठी जबाबदारी असते. कलाकार कितीही मोठा असला, तरी तो आधी एक सुसंस्कृत नागरिक असणेही आवश्यक असते. हीन अभिरुची किंवा रंगमंचावरील असभ्य वर्तन श्रोत्यांच्या चर्चेचा विषय ठरू शकतो. कार्यक्रम उशिरा सुरू झाला तरी श्रोते नाराजी व्यक्त करतात. प्रसन्न व्यक्तिमत्त्व, योग्य हावभाव आणि साधनेचा उच्च स्तर या तीन गोष्टींमुळे कलाकार आपल्या श्रोत्यांना एका वेगळ्या विश्वात घेऊन जातो. थोडक्यात रसिकांच्या दृष्टीने कलाकाराला स्वतःची प्रतिमा आदर्श ठेवण्यासाठी कायम प्रयत्नशील असावे लागते.

● **साथसंगतकार :** गायन किंवा वादनाची मैफल रंगण्याचे श्रेय मुख्य कलाकाराबरोबर संगतकारांचे असते. याबद्दलची सविस्तर माहिती आपण मागील प्रकरणामध्ये घेतली.

● **निवेदक :** कार्यक्रमात कलाकार आणि रसिक यांच्यातला दुवा म्हणून निवेदक उपस्थित असतो. कलाकाराची, संस्थेची ओळख करून देणे, कलाकृतीबद्दल माहिती देणे आणि रसिकांशी संवाद साधण्याचे महत्त्वाचे काम निवेदकाचे असते. निवेदकाचे काम म्हणजे हारातल्या दोऱ्यासारखे असते. सर्व फुलांना एकत्र बांधून ठेवणे आणि फुलांच्या जोडीने दोरा जास्त प्रमाणात दिसणार नाही याची खबरदारी घेणे.

● **श्रोते :** कला सादर करत असताना प्रत्येक कलाकाराला गरज असते ती दाद देणाऱ्या श्रोत्यांची. समोर श्रोते असल्याशिवाय कलाकाराला आपल्या कलाप्रदर्शनाचा संपूर्ण आनंद मिळत नाही आणि जाणकार श्रोत्यांकडून दाद आली की कलाकाराचाही उत्साह द्विगुणित होतो. श्रोत्यांकडून आणि सहवादकांकडून मैफिलीदरम्यान दाद मिळत राहिली, की मैफल अधिक रंगते हा अनुभव प्रत्येकानेच घेतला असेल. कार्यक्रम सफल होण्यामागे श्रोत्यांचा खूप मोठा सहभाग असतो. जाणकार श्रोत्यांच्या अभावी कलाकाराच्या उत्साहावर पाणी पडते आणि कार्यक्रमाची रंगत कमी होते. एखाद्या कार्यक्रमात वेगवेगळ्या अभिरुचीचे रसिक येत असतात. श्रोत्यांची कलेप्रति आणि कलाकाराप्रति काही जबाबदारी असते. कलाकार जे काही सादर करतील ते शांतपणे ऐकणे आणि त्याचे रसग्रहण करणे महत्त्वाचे असते. उदाहरणार्थ, सादरीकरणाच्या मध्ये फोनची रिंग वाजल्यास कलाकाराचा आणि श्रोत्यांचा रसभंग होतो.

कार्यक्रमाच्या मध्यंतरामध्ये कलाकारांना सहवादकांशी चर्चा करायची असते, हजर असलेल्या श्रोत्यांच्या अभिरुचीप्रमाणे पुढच्या सादरीकरणात बदल करायचा असतो. अशा वेळी श्रोते येऊन भेटल्यास कलाकारांना अडचणीचे होते. याची जाण श्रोत्यांनी ठेवायला हवी.

प्रत्यक्ष मैफल

निनाद गेले अनेक महिने हार्मोनियम शिकत होता. संगीताची प्रचंड आवड त्याला शांत बसू देत नसे. वेळ मिळाला की घरी रियाज करे, मैफिली ऐके, गुरुबंधूंबरोबर एकत्र रियाज करे, सरांकडे जाऊन हार्मोनियमविषयी चर्चा करे. रंगमंचावर सरांना साथ करताना बघून, तोसुद्धा त्या मैफिलीचा भाग होऊन जात असे. गायकाचे लडिवाळ सूर ऐकले की नकळत त्याचीही बोटे मांडीवर फिरू लागत. 'या सगळ्या कलाकारांना जवळून बघता यावं', असे प्रत्येक मैफिलीत त्याच्या मनात येई; पण सरांना विचारायची त्याची हिंमत होत नसे. शेवटी एक दिवस उजाडला आणि सगळी इच्छाशक्ती एकवटून त्याने सरांना विचारलेच. विद्यार्थ्याची तळमळ बघून सरांनाही नाही म्हणवेना. 'जाऊ या' असे त्यांचे शब्द कानावर पडताच निनादचा आनंद गगनात मावेना. आपण आता कलाकारांना जवळून बघणार या कल्पनेने त्याला आकाश ठेंगणे झाले. सरांच्या पाया पडून तो निघाला आणि तेव्हापासून कार्यक्रमाचा दिवस उजाडण्याकडे त्याचे डोळे लागले होते. उस्तादजींसारख्या मोठ्या कलाकाराला तो पहिल्यांदाच जवळून बघणार होता.

शनिवारी सहा वाजता मित्रमंडळ नाट्यगृहात उस्तादजींचे गाणे होते. बरोबर साडेचार वाजता निनाद सरांबरोबर नाट्यगृहात पोहोचला. उस्तादजी नुकतेच तिथे पोहोचले होते. कायम झब्ब्यामध्ये दिसणारे उस्तादजी पँट-शर्टमध्ये वेगळेच दिसत होते. 'हे कायम झब्बा घालत नाहीत तर!' निनादच्या डोक्यात विचार चमकला. आपल्या मनात कलाकाराची प्रतिमा असलेली व्यक्तीदेखील एरवी सर्वसामान्य व्यक्तीसारखीच असते हे त्याच्या पचनी पडत नव्हते.

उस्तादजींनी सरांना बघून कडकडून मिठी मारली. इकडच्या तिकडच्या गप्पा झाल्या. तेवढ्यात चहा-नाश्ता आला. नाट्यगृहाच्या प्रसिद्ध बटाटेवड्यांवर सर्व कलाकारांनी ताव मारला. प्रत्येकाच्या आवाजाला हे मानवतेच असे नाही; पण उस्तादजींना सगळे चालत होते.

एव्हाना बाहेर श्रोते जमू लागले होते. फुलांनी सजलेला रंगमंच सज्ज होता. विंगेत

फुलांचे गुच्छ, शाली, श्रीफळ सगळ्याची तयारी जय्यत झाली होती. प्रकाश योजनेच्या तांत्रिक बाबी जुळत होत्या. साऊंड सिस्टिम लागत होती. संयोजक निवेदकाला वेगवेगळ्या सूचना करत होते आणि निवेदक लगोलग त्याची कागदावर नोंद घेत होते. काही उत्साही रसिक कलाकारांना भेटण्याची विनंती करत होते आणि कार्यक्रमाचे स्वयंसेवक मात्र गोड बोलून त्यांना सभागृहात पिटाळण्याच्या मागे होते.

आत तंबोरे जुळले. वाद्ये लागली. चहाचा कप हातात घेऊन उस्तादजी काय गायचे याची यादी करत होते. मैफिलीची सुरुवात 'पुरिया कल्याण'ने होणार होती. विलंबित, मध्य आणि द्रुत अशा तिन्ही बंदिशी उस्तादजींनी संगतकारांना ऐकवल्या, आणि पुरियाचे स्वर आळवू लागले. तेवढ्यात साऊंड चेक करायला उस्तादजींना रंगमंचावर बोलावणे आले. 'पुढे काय काय गायचे ते श्रोते बघून ठरवू' असे म्हणत उस्तादजी रंगमंचकडे रवाना झाले. बापरे! इतकी उत्स्फूर्तता!! गणपती उत्सवात बोटावर मोजण्याइतक्या श्रोत्यांसमोर हार्मोनियम वाजवायची वेळ आली, तरी तीन महिने रोज रियाज करणारा निनाद उस्तादजींचे शब्द ऐकून स्तब्धच झाला.

तेवढ्यात संपूर्ण सभागृहात उस्तादजींचा आवाज भरून गेला. निनाद धावत विंगेकडे आला. उस्तादजी एकटे तानपुऱ्यावर गात होते आणि समोर ठेवलेल्या मॉनिटरमध्ये आपल्या आवाजाच्या लेव्हल हव्या तशा कमीजास्त करून घेत होते. त्यानंतर हार्मोनियमचा साऊंड चेक झाला आणि मागोमाग तबल्याचा. आपले आवाज श्रोत्यांपर्यंत मनासारखे पोहोचत आहेत याची खात्री केल्यावर सर्व गायक आणि वाद्यांचा एकत्र साऊंड चेक झाला. रंगमंचावरचा सगळ्यांचा एकत्रित आवाज आणि सभागृहातला आवाज यात बराच फरक जाणवत होता. रंगमंचावरचा आवाज हा एकमेकांना नीट ऐकू यावा यासाठी केवळ थोडा वाढवलेला मुळ आवाजच होता तर सभागृहात येणारा आवाज हा reverb, bass, treble, echo वगैरे देऊन प्रकिया केलेला आवाज होता. बाहेरचा आवाज हा अधिक सुंदर आणि गोड होता. साऊंड सिस्टिम लावणारा तंत्रज्ञ किती महत्त्वाचा असतो हे त्या दिवशी निनादच्या लक्षात आले. साऊंड चेक झाला आणि कलाकार परत ग्रीन रूममध्ये आले. एव्हाना श्रोते स्थानापन्न होऊ लागले होते. कलाकारही झब्बे घालून सादरीकरणासाठी सज्ज झाले.

'आज विंगेतूनच कार्यक्रम ऐकायचा' असे ठरवून निनाद तिकडेच एक खुर्ची ओढून बसला. सुरुवातीचे निवेदन, स्वागत, सत्कार, दीपप्रज्ज्वलन वगैरे झाले आणि मैफिलीला प्रारंभ झाला. आत गायलेला पूरिया कल्याण तिथेच राहिला आणि उस्तादजींनी दोन तास यमन रागात सर्व श्रोत्यांना यथेच्छ विहार करून आणले. ऐकणाऱ्या प्रत्येकाची जणू समाधीच लागली होती. मध्यंतर झाले तसे सगळे भानावर आले. चहापाणी,

यमनने भारावलेले वातावरण, पुढच्या रागाची उत्सुकता, भेटायला येणारे चाहते यात पंधरा मिनिटे गेल्याचे कळलेही नाही आणि निवेदकाने कलाकारांना रंगमंचावर पाचारण केले. मध्यंतराची वेळ संपली. पुढचा राग सुरू झाला. परत एकदा सगळे त्यात न्हाऊन निघाले. आजची मैफल वेगळीच होती. दर्दी श्रोते, उत्तम संगतकार, उस्तादजींची लागलेली तंद्री, एकूणच मैफल जमून आली होती. मैफिलीनंतर मंचावर उस्तादजींना भेटायला रसिकांनी एकच गर्दी केली. काही स्वयंसेवक आवराआवरीच्या मागे होते, काही गर्दी नियंत्रित करत होते, काही वाद्य उचलत होते, तर काही उस्तादजींना गर्दीमधून बाहेर काढायच्या प्रयत्नात होते. अवघ्या अर्ध्या तासात रंगमंचाचा कायापालट झाला. संयोजक उस्तादजींना घेऊन बाहेर पडेपर्यंत रंगमंचावरचे मैफिलीचे चित्र पूर्णपणे पालटले. पुढे असलेल्या नाटकाचे नेपथ्य तिथे आकार घेऊ लागले होते. आधीच्या कलाकृतीचा मागमूसही तिथे नव्हता. पण निनादच्या मनात अजूनही ती संध्याकाळ ताजीतवानी होती. त्या स्वरांतून, ती मैफिलीतून, त्या अनुभवातून बाहेर पडून वास्तवात शिरण्याची त्याला इच्छा होत नव्हती. ते सगळे घेऊन तो तिथून बाहेर पडला, ते पुढच्या मैफिलीचे वेध मनात घेऊनच...!

कार्यक्रमाबद्दलची मानसिकता

आठवडाभराच्या धावपळीनंतर एक शनिवार असा येतो, की आपल्या आवडत्या कलाकाराचे गाणे ऐकायची संधी मिळणार असते. मैफिलीमध्ये आठवडाभराचे श्रम विरून जाणार असतात. मन स्वरांच्या हिंदोळ्यावर झुलणार असते आणि मोरपिसासारखे हलके होऊन पुढच्या अनेक दिवसांसाठी नवीन उत्साह आणि उमेद निर्माण करणार असते. श्रोते आणि कलाकार या दोघांसाठी मैफल म्हणजे एक ऊर्जेचा स्रोत असते. असे असले तरी कार्यक्रमापूर्वी श्रोते आणि कलाकार यांच्या मानसिकतेत जमीन-अस्मानाचा फरक असतो. श्रोते शांत मनाने, सर्व व्याप विसरून केवळ आनंदप्राप्तीसाठी मैफिलीला आलेले असतात, तर कलाकारावर सादरीकरणाच्या आनंदाबरोबर प्रस्तुतीकरणाची मोठी जबाबदारी असते. मैफिलीशी संबंधित असंख्य गोष्टींचा तणाव कलाकारांवर असतो, पण अशा सगळ्या गोष्टी सांभाळत उत्तम कलाकृती पेश करणे ही कलाकाराच्या दृष्टीने खूप मोठी गोष्ट असते. त्या सर्व गोष्टींचा आढावा आपण इथे घेऊ.

ज्या दिवशी मैफल असते तो दिवस कलाकारांसाठी विशेष असतो. त्या दिवशी डोक्यात सतत मैफिलीचाच विचार चालू असतो. अनेक कामे करायची असतात. काय काय गायचे याचा विचार होत असतो. संगतकारांना आठवणीचे फोन करायचे असतात. कार्यक्रमात लागणारे फोन, आयपॅड, स्पीकर यांचे चार्जिंग करायचे असते. वाद्य, पाण्याची बाटली, थर्मास, वह्या, खडीसाखरेची डबी इत्यादी बरोबर न्यायच्या वस्तूंची तयारी असते. कार्यक्रमात घालायच्या कपड्यांची तयारी असते. त्यात संयोजक फोन करून कार्यक्रमासंदर्भात सूचना देत असतात. गाडी कधी न्यायला येणार, वाद्ये नेण्यासाठी किती मोठी गाडी लागेल वगैरे गोष्टी ठरवायच्या असतात. कार्यक्रम बाहेर गावी असेल, तर या व्यतिरिक्तही अनेक गोष्टींचे नियोजन त्यात असते.

अनेक कलाकार कार्यक्रमाच्या दिवशी कमी बोलणे किंवा पूर्णपणे मौन बाळगणे पसंत करतात. आवाजाला विश्रांती मिळावी हा त्यामागे हेतू असतो. अनेक वेळा प्रवासाचाही शीण होतो. यासाठी वेळेत निघून पुरेशी विश्रांती तेवढीच महत्त्वाची असते.

कार्यक्रमापूर्वी न्यायला येणारी गाडी वेळेत येणे, सर्व सामान घेऊन वेळेत कार्यक्रम स्थळी पोहोचणे, तिथे पोहोचल्यावर वाद्ये लावणे, वादकांबरोबर एक छोटी प्रॅक्टिस, साऊंड चेक अशा अनेक गोष्टी करावयाच्या असतात. गाडी वेळेत आली नाही, तर वेळेचे गणित चुकते.

गायक कलाकार पोहोचले, तरी वादक कलाकार येईपर्यंत सगळे खोळंबलेले असतात. त्यामुळे त्यांनी वेळेत येणेही तेवढेच महत्त्वाचे असते. क्वचित कधीतरी कुणाला यायला उशीर झाला, तर सर्वांची तारांबळ उडते.

सर्व जमवाजमव झाली, तरी गायन ही उत्स्फूर्त कला असल्याने कार्यक्रम कसा होईल याचा ताण प्रत्येक कलाकारावर असतो. कितीही तयारी आणि रियाज असला, तरी आवाज लागेल का, सभागृहातल्या ए.सी.चा आवाजावर किंवा वाद्यावर परिणाम तर होणार नाही, या गोष्टी कुणाच्या हातात नसतात. आवाज लागला तरी राग खुलवता येईल का, रंगदेवता प्रसन्न होईल ना, असे अनेक प्रश्न असतात.

कुठल्याही कारणाने कार्यक्रम सुरू होण्यास उशीर झाला, तर मग सगळ्याचा विचका होतो. शक्यतो कलाकार रिकाम्या पोटी गाणे पसंत करतात. असा उशीर झाल्यास भूक लागते, कार्यक्रम व्हायचा असल्याने खाता येत नाही आणि परिणामी नंतर ॲसिडिटी होते. कलाकार कंटाळून जातात आणि त्यांची प्रस्तुतीकरणाची मानसिकता बिघडते. असे कार्यक्रम कधीच कलाकारांच्या मनासारखे होत नाहीत.

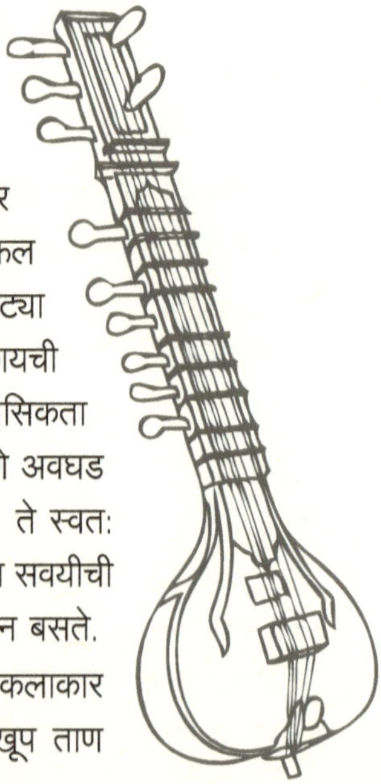

कार्यक्रमाला जाणकार, रसिक श्रोत्यांची उपस्थिती कलाकाराच्या दृष्टीने खूप महत्त्वाची असते. समोरून येणाऱ्या प्रतिक्रियेवरून कलाकार अधिक खुलत जातो. अरसिक श्रोते असले, तर मैफल रंगवणे जास्त अवघड होऊन बसते. मैफल एखाद्या छोट्या गावात असली, तर श्रोत्यांना शास्त्रीय संगीत ऐकायची सवय नसते. शास्त्रीय संगीत ऐकायची त्यांची मानसिकता नसते. अशा वेळी श्रोत्यांना तीन तास खिळवून ठेवणे अवघड काम असते. कधीतरी संगतकार परिचयाचे नसतात. ते स्वत: उत्तम कलाकार असले, तरी त्यांच्यातील देवाणघेवाण सवयीची नसते. असे झाले तरी मैफल रंगवणे जिकिरीचे होऊन बसते.

कधी कार्यक्रमाला अत्यंत ज्ञानी, अभ्यासू, ज्येष्ठ कलाकार निमंत्रित केलेले असतात. तेव्हा सादरीकरणाचाच खूप ताण

मनावर असतो. कधी कार्यक्रमात दोन–तीन गायक कला सादर करणार असतात, तेव्हा मनात उगाचंच तुलनेचा ताण असतो. शिवाय आधी कोण गायला बसणार आणि ते काय गाणार हे माहीत नसते. अशा वेळी ते काय गातात हे ऐकून आपला राग ठरवावा लागतो.

असे अनेक प्रकारचे ताण असताना कलाकृती सादर करणे हे अवघडच काम असते. असे असले तरीसुद्धा कलाकृती सादर करताना कलाकाराची अशी काही तंद्री लागते आणि सर्जनाचा परमोच्च क्षण साधतो. हा आनंद इतर कुठल्याही आनंदापेक्षा कैक पटींनी जास्त असतो. कुठल्याही कलाकाराला अशा आनंदापुढे हजारो ताणसुद्धा किरकोळ वाटतात. कार्यक्रमातून मिळणारा आनंद, समाधान, सकारात्मकता पुढच्या अनेक कार्यक्रमांसाठी कलाकाराला ऊर्जा देऊन जाते.

राग, समय आणि रस

भारतीय संगीतात शेकडो राग आहेत. त्यांचे गायन-वादन करताना कोणते राग कधी गायचे किंवा वाजवायचे यासंबंधी गुरुजनांनी अभ्यास केला आणि समयाची तीच बंधने अनेक वर्षे पाळली जात आहेत. कोणताही राग मनाला येईल तेव्हा गायला जात नाही, तर त्याची वेळ सांभाळून त्याची आळवणी केली जाते. कोणत्या वेळेला कोणता राग गायल्यास अधिक परिणामकारक आणि प्रभावी होईल याचा विचार करून राग आणि समय असे वेळापत्रक तयार केले गेले आहे. वेळेचा आणि रागात येणाऱ्या शुद्ध विकृत स्वरांचा संबंध मानून ठरावीक स्वररचनेचे राग ठरावीक वेळेत जास्त प्रभावी होतात, असा पूर्वजांनी निष्कर्ष काढून रागाचे समयचक्र तयार केले आहे. समयचक्रालाच राग-समय सिद्धान्त असेही म्हटले आहे. दिवसाच्या चोवीस तासांत गायले जाणारे राग त्यांच्या ठरावीक वेळेत गायल्यास ते अधिक प्रभावी होतात आणि मनाला प्रसन्नता देतात. या मागचा अजून एक समज असा आहे की, प्राचीन काळी संगीताची उत्पत्ती देवदेवतांपासून मानली गेली आहे. काही रागस्वरूपे देवदेवतांच्या नावानेच अस्तित्वात आली आहेत. या राग-रागिण्यांना प्रसन्न करण्याच्या दृष्टीने त्यांना आवाहन करण्याच्या वेळाही ठरलेल्या असतात. त्या वेळा पाळल्या, तरच राग-रागिण्या प्रसन्न होतात.

पहाटेपासून रात्रीपर्यंत मानवी शरीरात अनेक अंतर्गत बदल होत असतात. वेळेप्रमाणे मनोभाव बदलत असतात. त्या बदलांचाही विचार या समयचक्रात केला गेला आहे. याच कारणामुळे काही राग पहाटे, तर काही दुपारी आणि काही रात्री गायले जातात. त्याप्रमाणे राग गायल्यास आत्मिक समाधान मिळते, असा अनेकांचा अनुभव आहे.

पूर्वीच्या काळापासून वैदिक ऋचा, मंत्र, प्रार्थना म्हणायच्या वेळाही निश्चितच आहेत. या सर्व मंत्रांमध्ये वापरल्या जाणाऱ्या प्रत्येक स्वराला स्वत:चा भाव असतो, रस असतो. ते त्या त्या वेळेत गायल्यास त्यांचा परिणाम आपल्या मनावर आणि शरीरावर दिसतो. याच कारणाने रागसंगीतातही अनेक वर्षांत इतर अनेक बदल झाले, तरी राग समयाचे पालन केले जाते. राग समयाप्रमाणे काही राग ठरावीक काळात

गायले जातात, जसे वर्षा ऋतूत मल्हार अंगाचे राग गायले जातात.

हे समयचक्र तयार करताना दिवसाचे दोन भाग पाडले आहेत. एक पूर्वार्ध आणि दुसरा उत्तरार्ध. रात्री बारा ते दुपारी बारापर्यंत पूर्वार्ध तर दुपारी बारापासून रात्री बारापर्यंत उत्तरार्ध असे म्हणतात. दिवसाच्या या दोन भागांचे काही उपभाग आहेत.

- **आकृती**

संधिप्रकाशाचा प्रहर

दिवसातून दोन वेळा संधिप्रकाश येतो.

१. सूर्योदयापूर्वीची वेळ म्हणजेच पहाटे. साधारण वेळ पहाटे ४ ते ६. या वेळेत गायले जाणारे राग – कालिंगडा, भैरव इत्यादी.

२. दुसरी वेळ म्हणजे रात्र होण्यापूर्वीची वेळ म्हणजेच सायंकाळ. साधारण वेळ संध्याकाळी ४ ते ६. या वेळेत गायले जाणारे राग – पूरिया धनाश्री, पूर्वी इत्यादी.

संधिप्रकाशानंतरचा प्रहर

संधिप्रकाशानंतर दिवसाच्या कालखंडाचे परत दोन भाग होतात.

१. पहाटेनंतरचा सूर्योदयाचा समय किंवा सकाळ. साधारण वेळ सकाळी ७ ते १०. या वेळेत गायले जाणारे राग – देसकार, बिलावल इत्यादी.

२. सायंकाळनंतर रात्रीचा पहिला प्रहर. साधारण वेळ संध्याकाळी ७ ते १०. या वेळेत गायले जाणारे राग – कल्याण, बिहाग इत्यादी.

त्या नंतरचा प्रहर

या प्रहरातले दोन भाग पुढीलप्रमाणे आहेत.

१. सकाळ नंतरची वेळ म्हणजे मध्यान्हीच्या जवळपास. साधारण वेळ ११ ते ३. या वेळेत गायले जाणारे राग – आसावरी, देसी, जौनपुरी इत्यादी.

२. दुसरा भाग म्हणजे मध्यरात्रीच्या आधी आणि नंतर. साधारण वेळ १० ते ४. या वेळेत गायले जाणारे राग – बागेश्री, मालकंस, जयजयवंती इत्यादी.

अशा प्रकारे दिवसाचे वेळेनुसार भाग करून त्यात रागाची वाटणी केली गेली आहे. राग आणि समय यांचे वेळेनुसार वर्गीकरण मानून बहुतांश कलाकार वेळेचे पालन करतात, तरी ते अगदी काटेकोरपणे नसते. अलीकडे रागसमयाबाबत नवीन मतप्रवाह दिसून येतो. अनेक कारणांस्तव रागसमय पाळता येत नाहीत.

१. ठरावीक वेळेला मैफिली होतात. त्या वेळेव्यतिरिक्तचे राग गायले वाजवले जात नाहीत, म्हणून कलाकार आवर्जून वेगळे राग सादर करणे पसंत करतात.

२. आकाशवाणीवर किंवा कुठल्याही स्टुडियोमध्ये सादर होणारे राग वेगळ्या वेळेला रेकॉर्ड होतात आणि वेगळ्या वेळेला प्रसारित होतात.

३. बंद सभागृहात वेळेचे आणि काळाचे भान राहत नाही, तेव्हा कुठलेही राग गायले, तरी त्याचा परिणाम साधता येतो असे काही कलाकार मानतात.

४. शिवाय गुरुंकडून तालीम घेताना प्रत्येक रागाच्या समयाप्रमाणे तालीम घेणे शक्य होत नाही.

तरीसुद्धा सर्वसामान्यपणे राग गायन करताना वेळेचे बंधन पाळणे अपेक्षित असते. याचे कारण स्वरांचेदेखील काही संकेत असतात. आपल्यावर त्यांचे संस्कार असतात. प्रत्येक चालीचेदेखील आपल्यावर संस्कार असतात. उदाहरणार्थ, लग्नात म्हटली जाणारी, *'गंगा सिंधु सरस्वतीच यमुना'* या मंगलाष्टकाची पारंपरिक चाल म्हटली, तरच लग्न लागले असे वाटते. त्याची चाल बदलल्यास तसे नक्कीच वाटणार नाही. याचे कारण प्रत्येक स्वराला संदर्भ असतो. 'सकाळी गायला जाणारा तोडी रात्री गायला तर काय होईल?' हे असे विचारण्यासारखे आहे, की 'पानात उजवीकडे वाढले जाणारे पदार्थ डावीकडे वाढल्यास काय होईल?' किंवा 'आधी वरण आणि त्यावर भात वाढला तर काय होईल?' या सर्व परिस्थितींमध्ये होणार काहीच नाही, पण प्रत्येक गोष्टीचे संकेत असतात, जे आपण वर्षानुवर्षे पाळत आलो आहोत. तसेच ते संगीतातही पाळले जातात, म्हणून रागसमयाला महत्त्व आहे.

भारतीय शास्त्रीय संगीतात रागसमयाबरोबर रस हीदेखील एक महत्त्वाची संकल्पना आहे. मानवी मनाचा अनेक भावनांशी संबंध असतो. त्या भावनांच्या विविध छटा, विविध रसांशी संबंधित असतात. साहित्यात अशा नऊ रसांना प्राधान्य दिले आहे. ते आहेत शृंगार, वीर, करुण, बीभत्स, हास्य, रौद्र, भयानक, अद्‌भुत आणि शांत. संगीत आणि नवरस यांचा घनिष्ठ संबंध आहे. किंबहुना रस हा संगीताचा आत्मा आहे. कुठलीच रसनिष्पत्ती न होणारी कला ही अर्थहीन आणि कंटाळवाणी असते. संगीतातून रसनिष्पत्ति होते किंवा व्हायला हवी. असे असले, तरी ती नक्की कशातून होते याबद्दल संगीताचार्यांमध्ये अनेक मतप्रवाह आहेत.

- 'कुठल्या एका रागात विशिष्ट रस असतो का?'
- 'गायन वादनातून प्रत्येक वेळी तोच रस निर्माण होतो का?'
- 'आनंद, भीती, विरह, दुःख, वेदना असे भाव संगीतातून दाखवता येतात का?'

रस निर्मितीबाबत असे अनेक प्रश्न विचारले जातात.

संगीताचा प्रधान हेतू मनोरंजन करणे हाच आहे. कलेच्या माध्यमातून श्रोत्यांचे मन

आकृष्ट करणे, त्यांच्या दुःखांचा, वेदनांचा, नैराश्याचा विसर पाडणे हेच कलेचे उद्दिष्ट आहे. खरा कलाकार तोच असतो, जो श्रोत्यांचे मन आपल्या कलेशी एकरूप करू शकतो. शास्त्रीय संगीतात केवळ स्वरांमधूनच अभिव्यक्ती होत असते. शब्दांतून भाव पोहोचवणे सोपे आहे; पण अमूर्त स्वरांमधून भाव पोहोचवणे ही अत्यंत अवघड गोष्ट आहे. त्यासंबंधी विविध प्राचीन संगीतग्रंथांमध्ये विविध प्रकारचे उल्लेख आढळतात.

काही तज्ज्ञांनी स्वरांचा आणि रसांचा विशेष संबंध दाखवला आहे. त्यांनी प्रत्येक स्वराला एक भावना जोडली आहे, आणि त्या भावनेला योग्य असा रस त्याला नेमला आला आहे.

- सा – वीर, रौद्र, अद्‌भुत
- रे – वीर, रौद्र, अद्‌भुत
- ग – करूण
- म – हास्य, शृंगार
- प – हास्य, शृंगार
- ध – भयानक, बीभत्स
- नी – करूण

काही तज्ज्ञांच्या मते, केवळ आनंद आणि दुःख याच भावना प्रकर्षाने संगीतातून प्रगट केल्या जाऊ शकतात. उत्सुकता, भीती, नैराश्य, विरह, वेदना यांसारख्या भावना संगीतातून व्यक्त करता येत नाहीत. त्यामुळे त्यांच्या मते हास्य, भयानक किंवा बीभत्स यांसारखे रस संगीतातून व्यक्त होऊ शकत नाहीत. त्यामधून केवळ शांतीची भावना उत्पन्न होणे महत्त्वाचे आहे. संगीतामध्ये ऐहिक, भौतिक विश्वातून निर्गुण, निराकार विश्वात घेऊन जाण्याची क्षमता आहे. हाच संगीताचा उद्देशदेखील आहे.

एक मतप्रवाह असा आहे की, नऊ रसांपैकी संगीतासाठी केवळ चार रस उपयुक्त आहेत. शृंगार, करुण, वीर आणि शांत. पं. भातखंडे यांनी दहा थाटांचे वर्गीकरण चार रसांमध्ये केलेले आहे.

- कल्याण, बिलावल, खमाज : शृंगार
- भैरव, पूर्वी, मारवा : करूण आणि शांत
- काफी, भैरवी, आसावरी : वीर

त्यांनी हे वर्गीकरण रागाच्या वेळेनुसार केलेले आहे.

- संधिप्रकाश : शांत आणि करूण रस
- संधिप्रकाशानंतरचा प्रहर : शृंगार रस
- त्यानंतरचा प्रहर : वीर रस

राग आणि रस यांचे पूर्वीपासून असलेले संबंध जसेच्या तसे मानून रागातील स्वरांचा रसांशी संबंध मान्य असणारा एक मतप्रवाह आहे. राग आणि रस यांचा परस्परांशी काहीही संबंध नाही, कारण स्वर हा रसोत्पादक नसतो असे मानणाराही एक मतप्रवाह आहे. रागाचा रसानुकूल परिणाम हा गायकाच्या कुवतीवर आणि कल्पनाचातुर्यावर अवलंबून आहे. एकच राग अनेक गायक वेगवेगळ्या पद्धतीने गातात, तेव्हा प्रत्येक वेळी वेगवेगळे वातावरण तयार होत असते. प्रत्येक कलाकाराची गायकी वेगळी, स्वरलगाव वेगळे, बंदिशी वेगळ्या, शब्द वेगळे, अर्थ वेगळा, लयसुद्धा वेगळी आणि म्हणूनच प्रत्येक कलाकाराकडून होणारी रसनिष्पत्तीही वेगळी होत असते. शिवाय रागगायन करताना गायकाची मन:स्थितीही वेगवेगळ्या रसनिष्पत्तीला कारणीभूत ठरू शकते. तेव्हा रागांतर्गत स्वर आणि रस यांचा काही संबंध नाही. हा मतप्रवाह पण विचार करण्यासारखा आहे. असे असले, तरीसुद्धा बरेचसे गायक पूर्वपरंपरेनुसार राग रस मानून गातात.

शुद्ध, कोमल, तीव्र स्वरांतून वेगवेगळे रस निर्माण होत असतात, असेही काही तज्ज्ञ मानतात. रागातल्या मुख्य स्वराचा जो रस, तोच त्या रागाचा रस, असे त्यांचे मत.

या विषयावर अनेक मते अनेक संगीताचार्यांनी मांडलेली आहेत, त्यावर अनेक मतभेद आहेत, अनेक निष्कर्ष निघालेले आहेत. आपल्या घराण्याप्रमाणे आणि गायकीप्रमाणे त्या त्या रसाचा परिपोषही ते करत असतात. संगीतश्रवणात अनुभवता येणारे समाधान आणि आनंद म्हणजे नादमयतेचा निर्विकल्प आनंद. संगीताचा एक श्रोता म्हणून रसनिष्पत्ति कशामुळे होते हा मुद्दा दुय्यम ठरतो. मैफिलीतून निर्माण झालेल्या रसाचा आनंद घेणे आणि स्वत:ला विसरून कलाकाराबरोबर एका वेगळ्या विश्वात सफर करून येणे, हे फक्त महत्त्वाचे...!

रियाज

कलाकारांच्या आयुष्यातील एक अविभाज्य गोष्ट म्हणजे रियाज होय. 'रियाज केला तरच कलाकार घडतो', 'रियाज म्हणजे कलाकाराचा श्वास', 'रियाजात सातत्य हवे' वगैरे गोष्टी सतत बोलल्या जातात. विद्यार्थीदशेत त्याचे महत्त्व पटवून द्यायला तसे करावेही लागते; पण रियाज हा मारून-मुटकून, जबरदस्तीने करायची गोष्टच नाही. अर्थात, त्याची गोडी लागेपर्यंत सुरुवातीच्या काळात ते करावे लागते; पण एकदा त्यातून आनंद मिळू लागला, की आपोआप त्यात मन रमू लागते. रियाज म्हणजे नेमके काय, तर एखाद्या गोष्टीतील सातत्य. मग ते रोजच्या व्यायामातील असेल, अभ्यासातील असेल किंवा एखाद्या खेळातील असेल. नियमितपणाला प्रत्येक क्षेत्रात महत्त्व आहेच. एखादी गोष्ट वारंवार केली, की त्यात सुधारणा होत जाते हा अनुभव आपल्यापैकी प्रत्येकानेच घेतला आहे. रियाज म्हणजेही तेच. एक प्रकारची शिस्तच. 'रियाज म्हणजे काही नोकरी नाही, ठरल्यावेळी तानपुरा काढून बसायला.! रियाज हवा तेव्हा सोयीने करता येतो', असा लोकांचा गैरसमज असतो. पण नोकरीपेक्षाही चिकाटीने आणि नियमितपणे जो करावा लागतो, त्यालाच खरे तर रियाज म्हणतात.

रियाजात भक्तिभावाचा खूप मोठा वाटा असतो. भारतीय संगीतामध्ये हा एक फार मोठा, प्रगल्भ विचारांचा ठेवा आहे. परमेश्वरावर श्रद्धा ठेवून संगीताच्या माध्यमातून आराधना करणे ही भावना खूप महत्त्वाची असते; मग ती 'जागो मोहन प्यारे' या पारंपरिक बंदिशीतून निर्माण होत असेल किंवा 'मेरो अल्ला मेहरबान' या बंदिशीतून. 'भक्तिभाव' हा भारतीय संगीताचा आत्माच आहे.

पूर्वीच्या काळी रियाजासाठी गवयांनी संपूर्ण आयुष्य ओवाळून टाकलेली आहेत. अनेक बुजुर्ग गवयांनी १६-१८ तास रियाज केलेले आहेत. एखादी मेणबत्ती पेटवून ती संपेपर्यंत रियाज करणे, १०८ वेळा एक-एक पलटा घोटणे, दिवसभर एकच बंदिश म्हणणे, घड्याळ्याच्या काट्याकडे बघत रियाज करणे अशा अनेक गोष्टी कायमच गुरूंकडून ऐकायला मिळतात. आजच्या धकाधकीच्या काळात पूर्वीच्या गवयांसारखा रियाज करणे एक अशक्यप्रद गोष्ट वाटते. याला अनेक गोष्टी कारणीभूत असाव्यात.

पूर्वीसारखा सोळा ते अठरा तास रियाज करण्याची शारीरिक ताकद आताच्या गवयांमध्ये नाही. तेवढी जिद्द आणि चिकाटी तर कमी पडतेच; पण त्या व्यतिरिक्त आताची दिनचर्या, आहार, व्यायाम यांसारख्या अनेक गोष्टी बदललेल्या आहेत.

सोशल मीडियामुळे आता अवधान कालावधी (अटेन्शन स्पॅन) कमी झालेला दिसतो. पूर्वीसारखी एकाग्रता मिळवणे आता तितकेसे सोपे राहिलेले नाही.

पूर्वीच्या काळी शिष्य दहा-बारा वर्षे गुरुगृही राहून शिक्षण घेत होते; पण आता बदललेल्या जीवनशैलीमुळे ते शक्य नाही. शिक्षण, पोटापाण्यासाठी काम किंवा इतर कुठले उद्योग-व्यवसाय करत संगीतासाठी संपूर्ण वेळ देणे आता अवघड झाले आहे.

मीडिया, दूरचित्रवाणी किंवा इतर प्रसिद्धीमाध्यमांमधून आताच्या काळात झटपट यश मिळवण्याची वृत्ती वाढली आहे. प्रसिद्धी मिळणे आता सहज-सुलभ झाले आहे. त्यामुळे फार काळ अभ्यास करत प्रसिद्धीपासून दूर राहणे नवीन पिढीसाठी एक आव्हानच असल्यासारखे आहे.

हे सर्व असले, तरी कलाकाराच्या आयुष्यात रियाजाला पर्याय नाही. रियाज वेगवेगळ्या प्रकारचा असतो. ज्यापासून सुरुवात होते तो म्हणजे 'विद्याभ्यास'. गुरू सांगतील तसे शिकणे आणि शिकलेले घोटणे, हा एकच रियाज त्यात अभिप्रेत असतो. यामध्ये विद्यार्थ्याने फार विचार करणे किंवा शिकलेल्या गोष्टींत बदल करणे अपेक्षित नसते. किंबहुना सर्वसामान्यपणे विद्यार्थ्यांमध्ये बदल करायची कुवतही नसते. हा विद्याभ्यास कधी संपत नाही. कुठल्याही वयाचा आणि दर्जाचा कलाकार हा कायम विद्यार्थीदशेत असतोच.

ही विद्या अंगात भिनण्यासाठी तंत्राचा अभ्यास आणि रियाज करावा लागतो. तंत्र अवगत करणे ही एक शारीरिक क्रिया आहे. उदाहरणार्थ, एकच तान अनेक वेळा घोटणे, एकच पलटा अनेक वेळा वाजवणे. अनेक तास एकच गोष्ट करून त्यात एक प्रकारची सहजता येते, जी इतर कशानेही साधता येऊ शकत नाही. तंत्र अवगत करण्यासाठी तपस्या, सातत्य, एकाग्रता, समर्पण या सर्व गोष्टी महत्त्वाच्या असतात.

विद्यार्थ्याने एक ठरावीक उंची गाठली की रियाजाचे वेगवेगळे पैलू उलगडतात.

विद्यार्थ्याची समज वाढते, तसे वाचन, इतर कलाकारांना ऐकणे, त्यावर विचार करणे, चर्चा करणे, चिंतन, मनन या सर्व गोष्टींचा त्यात समावेश होतो. 'सिखा, देख्या और परख्या', अशी ती पायरी असते. म्हणजेच शिकणे, बघणे, ऐकणे आणि पारखणे. येत असलेल्या गोष्टी पक्क्या करणे आणि राहिलेल्या गोष्टींचा ध्यास घेत त्या पूर्ण करणे. हा रियाज विद्यार्थ्याला कायमच पुढची पायरी गाठायला मदत करत असतो.

या सर्व गोष्टींना प्रेरणा देते ती म्हणजे कला, जी प्रत्येकाच्या अंगी असतेच असे

नाही. विद्या, शास्त्र आणि तंत्र एक वेळ बुद्धीने अवगत करता येते; पण कला अंगी असावी लागते. ती शिकवता येत नाही. कला म्हणजे अंत:प्रेरणा किंवा स्फूर्ती.

अखंड रियाजाचा एक प्रकार म्हणजे 'चिल्ला'. एकाच ठिकाणी सतत चाळीस दिवस राहून केवळ एकच विषय घेऊन त्याचा अभ्यास करणे म्हणजे 'चिल्ला'. पूर्वी अनेक लोकांनी असा चिल्ला केलेला आहे. त्यांच्या अशा प्रकारच्या रियाजामागे त्यांची आवड, इच्छा, निष्ठा, वेळ, ताकद, समर्पण अशा अनेक गोष्टी होत्या. याच कारणामुळे त्यांनी गाठलेली उंची फार दूर असल्याचे आज प्रत्येक कलाकाराला जाणवते. हा रियाज करताना स्वत:ला विसरून जाण्याची पातळी येते आणि ती आली, की त्यातून मिळणारा आनंद अवर्णनीय असतो.

या व्यतिरिक्त एक रियाज असतो. काहीतरी नवीन करून बघण्याचा. हे करताना धडपडण्याची शक्यता असते. सतत नवीन करण्याच्या प्रयत्नांतच नवीन वाट सापडते म्हणून हा रियाज खूप महत्त्वाचा असतो. एक रियाज असतो सादरीकरणाचा. मैफल कशी असावी, कुठले राग अधिक खुलवता येतात, कुठले राग एकत्र चांगले वाटतात, याचा तो अभ्यास असतो. विद्यार्थ्यांना शिकवणे हाही एक रियाजच. त्यातून स्वत:ला अनेक गोष्टी नव्याने उलगडतात, विचारांमधून नवीन गोष्टी सुचतात, प्रगल्भता येते.

कलाकाराचा रियाज प्रत्येक टप्प्यावर बदलत असतो. ज्या वेळी शारीरिक रियाजाची गरज संपते, तेव्हा मानसिक रियाज सुरू होतो. या अवस्थेत वाद्य काढून प्रत्यक्ष बसायची गरज नसते; कारण अंतर्मनात रियाज आणि विचार चालूच असतात. रियाजाची परमोच्च समाधीच ती!

उपयोजित संगीत

संगीत हे नेहमीच आनंद देणारे, मन:शांती मिळवून देणारे असते. कोणतेही काम चालू असताना एकीकडे संगीत चालू असले, की काम चुटकीसरशी संपते. कामाचा शीण तेवढा जाणवत नाही. पूर्वीच्या काळी संगीतातून आनंद मिळवणे एवढाच एक उद्देश होता. राजे–महाराजे विरंगुळ्यासाठी संगीत ऐकत. 'मला संगीताची आवड नाही', असे म्हणणारे लोकसुद्धा आज मोठ्या प्रमाणात संगीताचा नकळत वापर करत असतात; पण ते त्यांच्या लक्षातही येत नाही. संगीत नकळत आपले आयुष्य अधिक सुकर, सुलभ आणि आनंददायी करत असते.

संगीत ऐकल्याने मन तर प्रसन्न होतेच; पण संगीत माणसाला मानसिक स्वास्थ प्रदान करते. 'सं' म्हणजे स्वर, 'गी' म्हणजे गीत आणि 'त' म्हणजे ताल होय. संगीत ही ईश्वराने दिलेली एक देणगीच आहे. ती आयुष्याला प्रेरणा देते. या संगीताचा आपल्या दैनंदिन जीवनात कसा उपयोग केला जातो, याचा आपण आढावा घेऊ.

दूरचित्रवाणीवरील जाहिरातींमध्ये, मालिकांमध्ये संगीताचा वापर केला जातो. संगीताखेरीज जाहिराती, मालिका रूक्ष आणि कंटाळवाण्या वाटतील. याचे कारण असे की संगीत हे दृश्य मालिकांना प्रभावी करते. उदाहरणार्थ, एखादा अत्यंत भीतीदायक सिनेमा मूक चित्रपटासारखा बघितल्यास लक्षात येईल, की पार्श्वसंगीताशिवाय अपेक्षित परिणाम साधता येत नाही. आपल्यावर सर्वात जास्त प्रभाव संगीताचा असतो.

- प्रार्थनेत मन एकाग्र करण्यासाठी आरत्या, मंत्र, स्तोत्रे यांमध्ये संगीताचा वापर केला जातो.
- सणांमध्ये संगीत वापरले जाते. उदाहरणार्थ, हादग्याची किंवा दांडियाची गाणी. गणेशोत्सवामध्ये सर्वत्र गाणी वाजवली जातात इत्यादी.
- मन बांधणारे रसायन म्हणून संगीताचा वापर केला जातो. उदाहरणार्थ, ऑफिसमध्ये मंद आवाजात संगीताचा वापर होतो.
- समारंभांमध्ये आनंदी आणि प्रसन्न वातावरण राखण्यासाठी संगीताचा वापर केला

जातो. उदाहरणार्थ, आपल्याला लग्नकार्य सनई-चौघड्याशिवाय अपूर्ण वाटते.

- लहानपणी पाठांतर करण्यासाठी संगीताचा वापर केला जातो; कारण संगीत हे स्मृतीला सहायक असते. उदाहरणार्थ, आपण म्हणत असलेले पाढे किंवा कविता एखाद्या चालीत बांधलेल्या असतात; जेणेकरून ते लवकर पाठ होतात.
- समाजाला एखादी शिकवण द्यायची असल्यास संगीतामार्फत दिली जाते. उदाहरणार्थ, पूर्वी लागणारी जिंगल – *पढना लिखना सीखो ओ मेहनत करनेवालों...* ही पद्यरचना.
- एखादा संदेश जनसामान्यांपर्यंत पोहोचवायचा असल्यास संगीतामार्फत लवकर पोहोचतो. उदाहरणार्थ, *पूरब से सूर्य उगा फैला उजियारा, जागी हर दिशा दिशा, जागा जग सारा...* या काव्यपंक्ती.
- राजकीय निवडणुकींचा प्रचार संगीतातून केलेला दिसतो.
- व्यायाम करताना थकवा घालवण्याकरिता संगीत वापरले जाते. उदाहरणार्थ, जिममध्ये संपूर्ण वेळ संगीत चालू ठेवले जाते; जेणेकरून तालबद्ध संगीताच्या साहाय्याने सगळे वर्कआउट्स होतात. सकाळी वॉकला जाणारे लोक फोनवर हमखास गाणी ऐकत असतात.
- मसाज करताना मन शांत करण्यासाठी मंद संगीत लावले जाते.
- मानसिक आणि शारीरिक व्याधी बऱ्या करण्यासाठी संगीताचा उपयोग होतो.
- गतिमंद आणि मतिमंद मुलांना संगीतातून दिलेली शिकवण अधिक उपयोगी ठरते.
- गाड्यांमध्ये हॉर्नसाठी, फोनमध्ये रिंगटोन आणि डायलर टोनसाठी, दारावर वाजणाऱ्या बेलसाठी आणि लिफ्टमधून संगीत वापरले जाते.
- वेदनांचा विसर पडण्यासाठी संगीत अत्यंत उपयोगी पडते. उदाहरणार्थ, अनेक वेळा रुग्णांसाठी संगीताचे कार्यक्रम आयोजिले जातात.
- झोपताना चुळबुळ करणारी बाळे अंगाईगीताच्या सुरांनी चटकन झोपून जातात.
- लहान मुलांना एका जागी स्थिर बसवण्यासाठी आणि एकाग्रतेसाठी संगीत शिकवले जाते.
- लहान मुलांना एका वेळी हात-मन-बुद्धी उत्तमरीत्या वापरता येण्यासाठी एखादे वाद्य शिकवले जाते.
- वनस्पती, झाडे आणि जनावरे यांच्यावरही संगीताचा सकारात्मक परिणाम होतो असे संशोधनातून सिद्ध झाले आहे.

या सर्व गोष्टींतून कालौघात संगीताचे व्यावसायिकीकरण झाले. पूर्वी कलाकार मिळेल

त्या बिदागीवर खूश असत पण हळूहळू चित्र बदलले. कार्यक्रमांतून किंवा रेकॉर्डिंगच्या माध्यमातून संगीत विकले गेले. कार्यक्रमांची संख्या वाढली. लग्नकार्यांतून, सणांमध्ये कार्यक्रम ठरू लागले. इव्हेंट मॅनेजमेंटमधून संगीत पुढे आले. टीव्हीवर सांगीतिक स्पर्धा सुरू झाल्या, ज्यांनी अनेक लोकांना संगीताकडे आकृष्ट केले. स्पर्धेच्या माध्यमातून अनेक लोकांना संगीताबद्दल अधिक ज्ञान मिळाले. संगीताला आणि कलाकारांना प्रतिष्ठा मिळाली. नवनवीन कलाकार उदयास आले.

चित्रपट संगीतातून हजारो कलाकारांना संधी मिळू लागली. संगीत हे अनेकांचे उपजीविकेचे साधन झाले. संगीतकार, म्युझिक अरेंजर, गायक, संगीत शिक्षक, ध्वनिमुद्रण करणारे, बॅकग्राउंड म्युझिक करणारे, आकर्षक डिझाइन करणारे ग्राफिक डिझायनर इत्यादी या सर्व लोकांच्या व्यावसायिक कौशल्यामुळे संगीत अधिक समृद्ध होत गेले आणि त्याची व्याप्ती वाढली.

आज संगीताची व्याप्ती जगाच्या कानाकोपऱ्यापर्यंत आहे. प्रत्यक्ष किंवा अप्रत्यक्षरीत्या प्रत्येकाचे संगीताशी अतूट नाते असते. नैसर्गिक संगीताव्यतिरिक्त उपाचारांसाठीदेखील संगीताचा उपयोग केला जातो. संगीताचा माणसाच्या मनावर काही ना काही परिणाम होत असतो ही गोष्ट अनुभवाने सिद्ध झालेली आहे. *'संगीतम् श्रवणामृतम्।'* संगीत शांत करते हे सर्वश्रुत आहे. पण संगीताचा उपयोग रोगनिवारणासाठीदेखील करता येतो याबद्दल खूप कमी लोकांना माहिती आहे. आपल्या चार वेदांपैकी सामवेदात संगीताबद्दल विस्तृत माहिती आहे. संगीत हा आयुर्वेदाचादेखील भाग आहे. आपल्या आवडीचे गाणे लागले की मन प्रसन्न होते. म्हणजे संगीताचा मनाशी संबंध आहे. पण मनाचा आपल्या आरोग्याशी संबंध आहे. पर्यायाने संगीताचा आरोग्याशी संबंध आहे. असा विचार करून संगीताचा आणि आरोग्याचा नेमका काय आणि कसा संबंध आहे याचा अभ्यास करून तज्ज्ञांनी काही निष्कर्ष काढले. हे निष्कर्ष म्हणजे संगीतोपचार. अर्थात संगीतोपचार म्हणजे कोणालाही कोणत्याही वेळी कसलीही गाणी ऐकवून बरे करणे नव्हे. त्याचेही शास्त्र आहे आणि ते मनाशी निगडित आहे.

मन म्हणताच अनेक भावभावनांचा आणि विचारांचा मोठा पट तयार होतो. जितकी माणसे, तितके मूड आणि जितके मूड, तितके शास्त्र गहन. तेव्हा कोणत्या विकारावर कोणत्या वेळी काय ऐकवले पाहिजे, याचा खूप खोलवर विचार करावा लागतो. संगीताचा परिणाम झाला की रक्ताभिसरण चांगले होऊन त्याच्याशी संबंधित विकार दूर होतात. आजच्या काळातले रक्तदाब, हृदयविकार, मधुमेह असे विकार हे मानसिकतेशी निगडित असल्याने त्यांच्या चढउतारावर संगीताचा हमखास चांगला परिणाम होत असतो. आपल्याला अनेकदा चांगले आणि आपल्या पसंतीचेच संगीत ऐकायला मिळेल

असे नाही. अनेकदा आपण नावडते संगीत ऐकून खिन्न होतो, वैतागून जातो. म्हणूनच संगीतोपचारात नेमका कोणता विकार झाला आहे, याची तपासणी करावी लागते. त्यावर इलाज म्हणून कोणता राग ऐकवला पाहिजे, याचा निर्णय करावा लागतो. त्यातलाही कोणता राग सकाळी आणि कोणता राग संध्याकाळी ऐकवायचा हे निश्चित करावे लागते. संगीत ऐकता ऐकता मध्येच माणसाचा मूड बदलेल असे काही स्वर येण्याची शक्यता असते. तसे होऊ नये यासाठी काळजी घ्यावी लागते. आपण निवडलेला राग आणि माणूस यांचा मेळ बसला, की तो राग किती वेळ आळवायचा याचा निर्णय घ्यावा लागतो. तरच ती थेरपी गुणकारी ठरते. आधुनिक वैद्यकशास्त्रात संगीतामध्ये असलेल्या रोगनिवारक शक्तीबद्दल नवनवीन शोध लागत आहेत. संगीताच्या माध्यमातून उपचार करण्यासाठी आपल्या शरीरातील पेशींना कंपनांच्या साहाय्याने सचेत केले जाते. या कंपनांमुळे रोग्याच्या जाणीवेवर चांगला परिणाम होतो आणि त्याचे आरोग्य सुधारते. आवडीचा राग योग्य त्या वेळी आणि योग्य तितका वेळ ऐकण्याने माणसाच्या प्रकृतीत लक्षणीय फरक पडतो. संगीतात माणसाची सकारात्मक वृत्ती जागी करण्याची क्षमता असते. हजारो रुपये खर्च करून जे विकार दूर होणार नाहीत, ते विकार संगीतोपचारामुळे कमीत कमी खर्चात दूर होतात.

भारतीय संगीतात राग–समय चक्राची संकल्पना फार महत्त्वाची मानली जाते. त्यानुसार दिवसाच्या प्रहराप्रमाणे राग गायले, वाजवले जातात. याचा आढावा आपण मागील प्रकरणात घेतला. आयुर्वेदात त्रिदोष, म्हणजे कफ, पित्त आणि वात ही संकल्पना आहे. त्याचे प्रमाण प्रत्येक माणसाच्या शरीरात वेगवेगळे असते. या दोषांचे प्रमाण नेहमी संतुलित असावे लागते. या त्रिदोषांपैकी जो दोष बळावलेला असतो, त्यानुसार रागाची निवड केली जाते. हा राग विशिष्ट पद्धतीने गायला, वाजवला, तरच त्याचा अपेक्षित परिणाम होतो. एरवी नुसते मनोरंजन होते. शारंगदेवाच्या 'संगीत रत्नाकर' या ग्रंथात याविषयीचे श्लोक आहेत.

शास्त्रीय रागांचे विभाजन करून नऊ रस तयार करण्यात आले आहेत. त्यांचा आपल्या मनावर परिणाम होतो. मनाचे स्थैर्य राखण्यासाठी प्रत्येकाचा प्रयत्न असतो. त्यासाठी रागातील नवरस उपयोगी पडू शकतात असे सिद्धान्त सांगतो. संगीतामुळे मनाचा ताण कमी होतो. त्याने दुःख कमी होऊ शकते. मनाची खिन्नता, रूक्षता वाढली, तर स्नेहभाव वाढवण्यासाठी उपयोग होतो. वीररसातील

गीतांमुळे आत्मविश्वास आणि उत्साह वाढतो. आपल्या समस्यांवर धीराने तोंड देण्यासाठीसुद्धा दिशा मिळते.

जसे रागांचे नवरस असतात तसे वाद्यांचेही मूड असतात. व्हायोलिन हे वाद्य साधारणपणे कारुण्य दर्शवते. म्हणूनच चित्रपटात दुःखाच्या प्रसंगी त्याचा वापर केलेला दिसून येतो. या उलट सतार किंवा शहनाई ही वाद्ये मंगलमय वातावरण तयार करतात. असेच तालवाद्यांचेही आहे. या सर्व वाद्यांच्या स्वभावाचाही उपयोग या उपचारपद्धतीत केला जातो. तज्ज्ञांच्या मते आनंदाने उन्मत्त झालेल्यांना करुण वाद्यावर एखादा राग ऐकवला जातो, तर अत्यंत दुःखी व्यक्तीला सतारीवर वीररसप्रधान राग ऐकवल्यास चांगला परिणाम साधता येतो. निद्रानाश या विकारासाठी शांतरसाचे राग बासरीवर ऐकवल्यास उपयुक्त ठरते.

आधुनिक जीवनाचा परिपाक म्हणून वेगवेगळ्या व्याधी वाढीस लागल्या आहेत. ॲलोपॅथीच्या मर्यादा लक्षात घेऊन, गेल्या अनेक वर्षांत रेकी, प्राणिक हीलिंग, संगीतोपचार यांसारख्या अनेक उपचारपद्धती लोकप्रिय होत आहेत. अर्थात चालू असलेल्या औषधांच्या जोडीने पूरक उपाय म्हणून या उपचारांचा फायदा होत असतो. या पुढे मनोरंजनाच्या बरोबरीने आता प्रकृती उत्तम ठेवण्यासाठी संगीताचा पुरेपूर उपयोग करून घेणे आता आपल्या हातात आहे.

गुरू-शिष्य परंपरा

भारतीय कलेमध्ये गुरू-शिष्य परंपरा किंवा गुरुमुखी विद्येला अनन्यसाधारण महत्त्व आहे. स्वर, लय, ताल यांसारख्या प्राथमिक गोष्टींपासून गायकी, घराण्याची तत्त्वे इथपर्यंत सगळ्या गोष्टी गुरूंकडून शिकायला मिळत. पूर्वीच्या काळातील गुरु-शिष्य परंपरेत विद्यार्थी हा वयाच्या अवघ्या आठव्या वर्षीच गुरुगृही शिक्षणाकरता जाई. फक्त संगीतच नव्हे, तर शास्त्र, कला आणि विद्या अशा सर्व पातळ्यांवर त्या वेळचे गुरू विद्यार्थ्यांना तयार करीत असत. गुरू हेच आपले सर्वस्व आणि ते दाखवतील त्या दिशेनेच आपल्याला वाटचाल करायची आहे, हे बालमनावर बिंबवले जात असे. उत्तम आणि जाणकार गुरू हे शिष्याची तालीमही उत्तम करून घेत. गुरूंजवळ बसून विद्या ग्रहण करून स्वतःच्या सांगीतिक विचारांनी अभ्यास आणि रियाझ वाढविणे हे गुरू-शिष्य परंपरेमध्ये महत्त्वाचे असे. कलेच्या क्षेत्रात समर्पण वृत्तीने साधना केल्यानंतरच यश मिळते हे खरे असले, तरी केवळ लौकिकार्थाने अर्थाने यशासाठी अथवा धनप्राप्तीसाठी या क्षेत्रात कुणी येत नसते. कलाकारांच्या दृष्टीने आत्मानंद ही भावना महत्त्वाची असते. गुरुगृही राहून गुरूंच्या सहवासात गुरुमुखातून गाण्याची तालीम घेणे इतका मर्यादित अर्थ गुरुकुल पद्धतीचा नक्कीच नाही. गुरूंचा सहवास, निर्णयक्षमता, समाजातील एक व्यक्ती म्हणून असलेले स्थान, गुरूंचे आचारविचार या सगळ्यांचाच प्रभाव शिष्यावर पडत असतो.

रियाजातील बारकावे हे गुरूंबरोबरच्या बैठकीतून कळतात. एकनिष्ठपणे, सातत्याने गुरूंसमोर बसून एकच अलंकार म्हणणे किंवा एकच धून वारंवार वाजवणे आणि तिचा बारकाईने अभ्यास करणे हे जास्त महत्त्वाचे असते. शास्त्रीय संगीत हे साधायचे असते आणि ते साधनेतून साधते, परंतु त्यासाठी रियाजाची आवश्यकता असते. गुरूंकडे गाण्याची तालीम घेत असताना गुरूंचे बोट धरून शिष्यही हळूहळू गाऊ लागतो. संगीताकडे बघण्याची जी एक नजर असावी लागते, ती नजर गुरूंकडून शिकावी लागते, गायकी शिकावी लागते. परंतु पुढची वाटचाल मात्र शिष्याला स्वतःच करावी लागते. उदाहरणार्थ, यमन राग कसा आहे, त्याचे चलन कसे आहे, हे गुरू शिकवतात.

रागाच्या सगळ्या खाणाखुणा, बारकावे, हमरस्ते आणि पाऊलवाटा हे सगळे काही ते दाखवतात. थोडक्यात सांगायचे तर, यमन रागाचे दर्शन ते करवतात. परंतु एकदा गुरूंकडून या सगळ्याची रीतसर तालीम घेतली, की मग मात्र शिष्याला त्या वाटेवरून एकट्यालाच जावे लागते. गुरूंकडून मिळालेल्या तालमीमुळे, गाण्याच्या सततच्या चिंतन-मननामुळे, केलेल्या रियाजामुळे, गुरूंनी दाखवलेल्या वाटेवरून शिष्य जाऊ लागतो, परंतु त्याबरोबर त्याच वाटेवर राहून स्वत:ची अशी एक वेगळी अभिव्यक्ती तो निर्माण करू लागतो, स्वत:चे विचार मांडू लागतो, स्वत:चे गाणे गाऊ लागतो!

एखादा उत्तम शिष्य हा स्वत:च्या गुरूंनी दिलेल्या तालमीसोबतच इतरही अनेक जणांकडून, त्यांची गायकी ऐकून त्यातल्या चांगल्या गोष्टी वेचत असतो. आपल्या गुरूंची गायकी तर तो शिकत असतोच, परंतु आपल्या गुरूंसमान असणाऱ्या इतरही अनेक दिग्गजांचे गाणे, त्यातील सौंदर्यस्थळे तो टिपत असतो, आणि या सगळ्याच्या परिपाकातूनच एक चांगला, खानदानी गवई तयार होतो.

गुरू चालायला शिकवतात, दृष्टी देतात, जीवनाकडे हळुवार वृत्तीने पाहायला शिकवतात; पण अमुकच पाहा, अमक्याच मार्गांनी जा असा आग्रह धरत नाहीत. सुरांचे रंग देतात, लयीचे कुंचले देतात; पण अमुकच चित्र काढ असे सांगत नाहीत. स्वत:च शिकवलेल्या विद्येकडे, एका वेगळ्या नजरेने पाहण्याची दृष्टी देतात. ही दृष्टीसुद्धा कुठल्या शिष्याला किती द्यायची, हे शिष्याची कुवत बघून गुरू ठरवत असतात.

स्वत:च्या गाण्याची अभिव्यक्ती करत असताना, त्याच्या गायकीत अनेक गायकांच्या छटा दिसतात. त्यात मुख्यत्वे त्याच्या गुरूंची गायकी, त्याच्या घराण्याची गायकी आणि घराण्यातील पूर्वजांची गायकी शिष्याच्या विचारांमधून दिसते. याशिवाय आपल्या गुरूसमान असणाऱ्या इतर दिग्गजांची, ज्यांचा आदर्श त्याने ठेवलेला असतो आणि अनेक गोष्टी त्यांच्याकडून नकळतपणे आत्मसात केलेल्या असतात, त्या सर्वांची सावली त्याच्या गायकीत दिसून येते. ही सावली म्हणजेच कलेची एक अत्यंत उच्च, प्रतिभावान अशी अभिव्यक्ती असते. ही नक्कल मात्र नक्की नसते. गाण्यातील बहुश्रुतता असे त्याला म्हणता येईल. कुठल्याही उत्तम गवयाकडे अशी बहुश्रुतता असेल, तर त्याचे गाणे हे अधिकाधिक समृद्ध होत जाते. अनेक मोठमोठ्या गायकांवर इतर गायकांचा इतका प्रभाव असतो की त्यांनाही अशा गायकांचे गाणे लोकांना उलगडून दाखवावेसे वाटते. म्हणूनच मग, 'मला उमजलेले बालगंधर्व, कुमार, किंवा वसंतराव' असे कार्यक्रम लोकांसमोर प्रस्तुत होतात. पण म्हणजे ते त्या कलाकाराची नक्कल करत नसतात, तर त्यांचे विचार, त्यांची गायकी, त्यांना दिसलेली सौंदर्यस्थळे इतरांना उलगडून दाखवायचा प्रयत्न करत असतात. कित्येकदा गवई गाता गाता रंगात येऊन मध्येच

एखादी छानशी जागा, सुरावट त्याच्या गायकीत घेऊन मोठ्या कौतुकाने, 'हे अमक्याचे बरं का!', 'हे तमक्याचे बरं का!' असे सांगत गाऊन दाखवताना दिसतात.

आधुनिक काळात मात्र गुरू-शिष्य परंपरेत अनेक बदल झालेले दिसतात. काळानुसार सामाजिक-आर्थिक बदल होत गेले. पूर्वीच्या काळातील गुरू-शिष्य परंपरा आणि आधुनिक काळातील गुरू-शिष्य परंपरेत मोठा बदल होण्याचे कारण म्हणजे, आताच्या काळात संगीतावर उदरनिर्वाह होईल की नाही अशी साशंकता मनात असल्यामुळे त्या कलेकडे छंद म्हणून बघण्याचा दृष्टिकोन निर्माण झाला. संगीत गुरुकुलाचे रूपांतर संगीत 'क्लास'मध्ये झाले. एके काळी चोवीस तास गुरूच्या सहवासात राहणारा विद्यार्थी आठवड्यातून फक्त दोनदा गुरूसमोर बसून विद्यार्जन करू लागला. एकदा दिल्या जाणाऱ्या गुरुदक्षिणेचे स्वरूप हे 'मंथली फी'मध्ये परिवर्तित झाले. पैसे मोजले की संगीत शिकता येते ही समजूत रूढ होऊ लागली. 'तणाव घालवण्यासाठी संगीत' असा प्रचार होऊ लागला. संगीताच्या पाच-सात परीक्षा झाल्या, की ते विद्यार्थी स्वत: गुरू होऊ लागले. शाळाशाळांमधून संगीत शिकवले जाऊ लागले. भारतीय अभिजात संगीताचा वारसा पुढे नेऊ पाहणाऱ्या प्रामाणिक साधकांच्या, गुरूंच्या आणि कलाकारांच्या संख्येपेक्षा पोटभरू वा व्यावसायिक गुरूंचे आणि कलाकारांचे प्रमाण जास्त झाले. हे एक कटू सत्य आहे आणि म्हणूनच संस्कृती परंपरा टिकविण्यासाठी गुरु-शिष्य परंपरेचे जतन आणि जोपासना करणे अतिशय महत्त्वाचे आहे. त्याचे महत्त्व लक्षात घेऊन ज्येष्ठ आणि अनुभवी गायक कलाकारांनी सादरीकरणाबरोबर ही परंपरा जपत शिष्य घडवणे गरजेचे आहे.

सध्या गल्लोगल्ली संगीत क्लासच्या पाट्या दिसून येतात. केवळ आवड किंवा हौस म्हणून, वेळ चांगला जातो म्हणून, क्लास जवळ आहे म्हणून, किंवा चॅनलच्या माध्यमातून मिळणाऱ्या प्रसिद्धीला भुलूनसुद्धा गाण्याचा क्लास लावणारे विद्यार्थी दिसतात. पण पूर्वी संगीत शिकणे इतके सोपे नव्हते. आवड असूनही अनेकांना संगीत शिकता यायचे नाही; कारण शिक्षणाचा मार्ग इतका सुकर नव्हता. मनापासून आवड, कष्ट, खूप अभ्यास आणि मेहनत करायची तयारी असेल असाच विद्यार्थी संगीत शिके.

शिष्याला योग्य गुरू मिळणे आणि गुरूंना चांगला शिष्य भेटणे हा नशीबाचाच भाग आहे असे म्हणायला हरकत नाही. असे गुरू भेटणे आणि त्यांनी शिकवायला संमती देणे हा शिष्याच्या आयुष्यातला एक योग असायचा. त्या पुढची अनेक वर्षे गुरू सांगतील तशी कामे करत विद्या ग्रहण करण्यात सरत. त्या काळी गवयांची शागिर्दी करून गाणे शिकणे एवढे सोपे नव्हते. म्हणून अनेक जण ही वाट अर्ध्यात सोडून जात.

एकदा का शिष्य गुरुगृही आला, की पहिले अनेक महिने गुरुगृही राहून घरकामे

करण्यात जात. यामध्ये गुरू सांगतील ते करणे, स्वयंपाकघरात मदत करणे, बाजारहाट सांभाळणे, गुरूंची सेवा करणे वगैरे कामे त्याला नेमून दिली जात. ही कामे करत असताना गुरू इतर शिष्यांना शिकवतील तेवढेच संगीत कानावर पडत असे. प्रत्यक्ष समोर बसून गाणे शिकवले नाही, तरी गुरूंचे आणि इतर शिष्यांचे गाणे ऐकून शिष्याचा कान नकळत तयार होत असे. शिवाय शिष्य नक्की टिकून शिकतोय, का पळून जातोय याचीही ती परीक्षा असे. या परीक्षेत शिष्य उत्तीर्ण झाला की गुरू गाणे शिकवायला सुरुवात करत. एखादा शुभ दिवस बघून गुरू शिष्याला गंडा बांधत. विद्याग्रहण सुरू करण्याआधी शिष्याची दिनचर्या ठरवून दिली जात असे. पहाटे गुरूंच्या आधी उठणे, प्रातर्विधी आणि स्नान उरकून बैठकीची तयारी करणे, गालिचा आणि बस्कर टाकणे, तंबोरा पुसून, मिळवून खर्ज साधना सुरू करणे. गुरू आल्यावर त्यांचा आशीर्वाद घेऊन मग गुरूंच्या मर्जीप्रमाणे तालीम सुरू होत असे. गुरू शिकवत असताना तंबोरा छेडण्याचे काम शिष्याचेच असे. अशी तालीम मध्यान्हापर्यंत चाले आणि मग पुन्हा संध्याकाळी सुरू होऊन रात्री उशिरापर्यंत चालत असे. मधल्या वेळेत शिकलेल्या गोष्टींचा रियाज करणे, पाठांतर करणे वगैरेंची जबाबदारी शिष्यावर असे.

गुरू शिष्यावर प्रसन्न असल्यास, त्याची कुवत बघून, त्याला घराण्याची उत्तम तालीम देत. घराण्यातल्या उत्तमोत्तम बंदिशी शिष्याकडून घोटून घेत. अनेक प्रकारचे पलटे आणि अलंकार यांचा रियाज करून घेत. रियाजाव्यतिरिक्त संगीतावर चर्चा, चिंतन, मनन, बुजुर्गांचा इतिहास, त्यांचे मौलिक विचार या सर्व गोष्टींवर प्रकाश टाकत.

प्रत्येक टप्प्यावर गुरूंची शिकवायची पद्धतही वेगवेगळी असे. आधी स्वत: गाऊन जसेच्या तसे शिष्याला गायला सांगत. एका ठरावीक टप्प्यापर्यंत शिष्याची तयारी झाली, की त्याला स्वत:च्या प्रतिभेने गायला प्रेरित करत. कधी फक्त बोलआलापांचा आणि तानांचा रियाज करून घेत, तर कधी बंदिशी आणि सरगम घोकून घेत. कारण त्या काळी शिष्यांना लिहून घेण्याची मुभा नसे. अनेक वेळा गुरू शिष्यांकडून ख्यालाचे अस्थायी अंतरे तालाच्या मात्रेप्रमाणे बसवून घेत असत. घराण्याच्या शिस्तीप्रमाणे त्यात तसूभरही फरक झालेला त्यांना चालत नसे.

या गुरुपरंपरेमुळे गुरुमुखातून आलेली गायकी शुद्ध स्वरूपात शिष्याकडे पोहोचत असे. गुरू शास्त्र जाणणारे असतील, तर रागाचे वादी–संवादी, पकड, वर्ज्य स्वर, चलन, जवळचे राग वगैरे या सर्वांबद्दल माहिती देत. या उलट काही गुरू रागाचे नावही न सांगता प्रदीर्घ काळ रागाचे चलन शिकवत असत. एक राग वर्ष–दोन वर्षे पिसून काढला, की इतर राग गळ्यावर लवकर चढतात असा गुरूंचा ठाम विश्वास असे. याच कारणाने एकाच रागाची तालीम अनेक वर्षे चाले. रागाचे नाव विचारण्याचीही शिष्याची

हिम्मत होत नसे; कारण शंका विचारणे किंवा एखादी माहिती विचारणे, यातून गुरूंचा उपमर्द होतो असा त्या काळी समज असे. लक्षपूर्वक श्रवणातून शिष्य तयार होत असे. त्यामुळे बुद्धी, ग्रहणशक्ती, पाठांतर, चिकाटी या गोष्टींना खूप महत्त्व असे. हे सर्व शिकलेले पक्के व्हावे या हेतूने अनेक शिष्य गुरुबंधूंना शिकवत आणि शिकवलेले त्यांच्याकडून घोकून घेत. बाळकृष्णबुवा इचलकरंजीकर, रामकृष्णबुवा वझे यांसारखे पूर्वीचे अनेक गवई अशाच तालमीतून तयार झालेले आहेत.

गुरूंबरोबर गुरुमातेला प्रसन्न ठेवण्याचेही महत्त्वाचे काम शिष्याला करावे लागे. गुरुमाता शिष्यांची पोटच्या पोरासारखी काळजी घेत असत.

अशी तालीम देऊन, दिवसभर रियाज करून, तावून-सुलाखून शिष्य तयार झाला, की ही सर्व कामे नवीन शिष्यांच्या माथी बसत आणि या शिष्याला चिंतन आणि मनन करण्यासाठी अधिक वेळ मिळे. शिष्य थोडा तयार झाला, स्वत:च्या बळावर चार पावले टाकायचा आत्मविश्वास त्याच्यात आला, की गुरू एखाद्या मैफिलीत त्याला तानपुऱ्यावर बसवत. मध्येच गायची संधी देत. त्यात काही शिष्य घाबरून चुका करत, तर काही गायची संधी मिळाली की त्याचा फायदा घेत आपल्या हुशारीची चुणूक दाखवत. गुरूंची आणि श्रोत्यांची वाहवा मिळवत. एकदा मैफिलीत गायची भीड चेपली, की शिष्याचा आत्मविश्वास वाढे आणि तो अजून हिरिरीने गाई. मैफिलीमध्ये गात असताना अनेक वेळा गुरू आणि शिष्य यांचा आवाज इतका एकसारखा येई, की नक्की गुरू गात आहेत का शिष्य या संभ्रमात श्रोते पडत. अशा अनेक मैफिलीत गाऊन शिष्याला अनुभव मिळे आणि त्याची दृष्टी अधिक व्यापक आणि व्यावहारिक होई.

श्रवण, मनन, चिंतन आणि पुरेसा रियाज झाला, की गुरूंच्या परवानगीने शिष्य बाहेर स्वतंत्र मैफल करायला लागत असत. मैफिलीतून मिळालेले मानधन गुरुदक्षिणेच्या स्वरूपात गुरुचरणी अर्पण होत असे. शिष्य स्वतंत्र गायक म्हणून प्रस्थापित झाला, की गुरुगृही राहण्याचा काळ लौकिकार्थाने संपुष्टात येत असे. गुरुगृही राहणे प्रत्यक्षात संपले, तरी गुरू आयुष्यभर, शिष्याला गरज पडेल तेव्हा मार्गदर्शन करत असत आणि किमान वर्षातून एकदा, गुरुपौर्णिमेच्या शुभमुहूर्तावर या गुरु-शिष्यांची भेट होत असे.

गुरू-शिष्य परंपरेची सद्य:स्थिती

पूर्वीच्या काळी बालपणी गुरुगृही राहून शास्त्र, कला आणि विद्या ग्रहण केली जात असे. त्या संदर्भात तत्कालीन गुरू-शिष्य परंपरेचा आढावा आपण घेतला. शिक्षणपद्धतीमध्ये काळाच्या ओघात कमालीचा बदल झालेला आहे. सध्याचे जग हे फास्ट ट्रॅकचे जग आहे. झटपट प्रसिद्धी आणि ग्लॅमर मिळवून देणाऱ्या या क्षेत्राकडे आकृष्ट होणाऱ्या मुलांची आणि पालकांची संख्या वाढलेली दिसते. त्यासाठी पालकसुद्धा आवर्जून मुलांना क्लासेसमध्ये पाठवतात. अभ्यासाच्या बरोबरीने आपले मूल सर्वगुणसंपन्न व्हावे या हेतूने संगीत, नृत्य, अभिनय, चित्रकला अशा अनेक क्लासमध्ये हेलपाटे मारताना मुलांची मात्र दमछाक होते. मुले अनेक गोष्टी एकाच वेळी करत असल्याने त्यांची साधारणच प्रगती होताना दिसते. अनेक वेळा तर 'नक्की किती दिवसांत गाणे येईल' असा भाबडा प्रश्न पालकांना पडलेला असतो. एखाद्या शाळेच्या स्पर्धेत किंवा कॉलनीच्या गणेशोत्सवात एक गाणे म्हणता आले, चार लोकांनी त्याचे कौतुक केले, की आपल्या मुलाला गाणे आले याचेही समाधान त्यांना लगेच मिळते, हे एक बरं! इन्स्टंटच्या या जमान्यात मुलांना संगीतात तयार करणारे क्रॅश कोर्सही जन्माला आले. चॅनलवरच्या स्पर्धांमधील ग्लॅमर, सोशल मीडियावर मिळणारे लाईक्स, कौतुकाचा वर्षाव अशा अनेक गोष्टींमुळे मुलांची दीर्घ काळ कष्ट करण्याची प्रवृत्ती दिसत नाही. गुरुंप्रति समर्पण भाव कमी झाला, विश्वास कमी झाला. सध्याचा काळ, सध्याची जीवनशैली आणि काही अंशी पालकही याला जबाबदार असावेत. ठरलेल्या तासांची पूर्तता करून घेणे, क्लास बुडला तर भरून काढणे वगैरे हे गुरुंवरची श्रद्धा कमी झाल्याचेच लक्षण आहे.

आज गुरुंची जागा शिक्षकांनी घेतलेली आहे. गुरु ही संज्ञा अत्यंत व्यापक आणि श्रेष्ठ आहे. खरे सांगायचे झाल्यास पूर्वीची गुरुकुल पद्धती, ऋषितुल्य गुरू आणि आजचे करिअर शोधक शिक्षक, यांची तुलनाच होऊ शकत नाही. गुरुंच्या सहवासात गुरुकुलातील वास्तव्यामध्ये ज्ञान, कला तर प्राप्त होई; पण त्याखेरीज, व्यक्ती म्हणून तो शिष्य घडत असे, अनेक सुसंस्कार त्यावर होत असत. शिष्याचे पूर्ण आयुष्य

त्यांच्या सहवासामुळे तेजोमय होऊन जात असे. गुरूच्या प्रत्यक्ष शिकवण्यातून जेवढे शिकायला मिळत असे, त्यापेक्षा अधिक त्यांच्या सहवासात राहून शिकायला मिळत असे. आजच्या युगात शिष्याला असे गुरू लाभणे आणि तेही योग्य वेळी लाभणे, हे

• शिक्षण देणारा	शिक्षक
• शिक्षा आणि ज्ञान देणारा	अध्यापक
• कौशल्य प्रदान करणारा	आचार्य
• सखोल अंतर्दृष्टी देणारा	पंडित
• दृष्टी तयार करणारा	द्रष्टा
• हे सर्व शिकवून अंत:प्रेरणा जागृत करणारा	गुरू

आजच्या शिक्षणपद्धतीनुसार क्लासमधून अधिकाधिक कानसेन तयार होत आहेत. तासिका पद्धतीत हजेरी लावून सखोल ज्ञान मिळवणे अवघड आहे. अशा वर्गामध्ये एका वेळी अनेक विद्यार्थी शिकताना दिसतात. आवाजाची पट्टी वेगवेगळी असणारे, बुद्धीचा स्तर कमी अधिक असणारे, वेगवेगळ्या कुवतीचे, कमीजास्त ऊर्मी असणारे सर्व जण एकाच वर्गात शिकताना दिसतात. सुरुवातीला काही काळ कलेचे प्राथमिक शिक्षण असे घेणे थोड्याफार प्रमाणात योग्य असले, तरी अशा परिस्थितीत हुषार विद्यार्थ्यांचे नुकसान होते. कुवत असून, शिकण्याची तयारी असून विद्यार्थ्याच्या बुद्धीला पुरेसे खाद्य मिळाले नाही, की गुरुंवर टीका सुरू होते. गुरू बदलण्याची प्रवृत्ती बळावते. विद्यार्थ्याच्या आयुष्यातील महत्त्वाची वर्षे वाया जातात, शिकण्यातील स्थैर्य निघून जाते आणि या धरसोड वृत्तीमुळे शिष्याचेच नुकसान होते.

गुरू म्हणून प्रथितयश किंवा ग्लॅमर असलेले कलाकार हवे, या हट्टापायीदेखील थोडेफार प्राथमिक शिक्षण घेतलेले विद्यार्थी गुरू बदलताना दिसतात. गुरू हे परफॉर्मिंग आर्टिस्ट असतील तर त्यांच्या अनुभवाचे अनेक फायदे शिष्याला मिळतात. उदाहरणार्थ, कार्यक्रमाचे सादरीकरण कसे असावे, मैफल रंगवण्याची कला, वेगवेगळ्या ठिकाणी दौरे, अनेक महत्त्वाच्या ओळखी, प्रवासातला गुरूंचा सहवास, गुरूंच्या मागे गायला बसण्याचा अनुभव वगैरे. पण याच्या उलट, गुरू कार्यक्रमांमध्ये व्यग्र असले, तर शिष्याकडे दुर्लक्ष व्हायची शक्यता जास्त असते.

गुरू परफॉर्मर असतील, तर कार्यक्रमांच्या दौऱ्यांमुळे शिक्षणात खंड पडतो. याउलट, जे गुरू परफॉर्मर नसतात, अशा गुरूंकडे नियमित शिक्षण होते, विशेष खंड पडत नाही.

याशिवाय, गुरू बदलल्याने गायकी, गाण्यातील शिस्त, आवाजाचा लगाव, बैठक, सादरीकरण अशा अनेक गोष्टी बदलतात. शिष्याला मुळात लागलेल्या सांगीतिक सवयीही सहज बदलत नाहीत आणि नवीन संस्कारही सहज होत नाहीत. अशाने पुन्हा शिष्याचेच नुकसान होते.

पूर्वीची गुरू-शिष्य परंपरा आज जवळजवळ संपुष्टात आली असली, तरी काही मोजके गुरू आजही गुरुकुल पद्धतीने विद्यार्थी घडवतात. जी मुले मनापासून संगीत शिकण्यासाठी गावातून, परगावातून येतात, ते अशा गुरूंकडे विद्या घेतात. हे विद्यार्थी गुरूंवर श्रद्धा ठेवून गुरू सांगतील त्या मार्गाने चालत राहतात. आयुष्यातील ठरावीक वर्षे केवळ गाणे शिकण्यात व्यतीत करतात. शिकणे, प्राथमिक विद्यार्थ्यांना शिकवणे, रियाज करणे, संगीतात पदवी मिळवणे, इतर ज्येष्ठ कलाकारांचे कार्यक्रम ऐकणे, स्वत: छोटेमोठे कार्यक्रम करणे या सगळ्यांमधून शिष्याची प्रगती दिसू लागते. या खडतर मार्गातून एक कलाकार नक्की घडतो; पण त्याला वेळोवेळी संधी मिळणे, हीदेखील एक महत्त्वाची पायरी असते. तो गुणी विद्यार्थी यशस्वी होतोच असे नाही; कारण आजच्या काळात टिकाव लागण्यासाठी गाण्याबरोबर अनेक गोष्टी अवगत असाव्या लागतात.

गुरूंच्या योग्य मार्गदर्शनातून आणि तालमीतून शिष्य तयार झाला, श्रवण, मनन, चिंतन यांतून शिष्याचा पुरेसा रियाज झाला, की गुरूंच्या परवानगीने शिष्य मैफिलीतल्या स्वतंत्र सादरीकरणाला सुरुवात करतात. गुरुपौर्णिमा, वर्धापनदिन, समारोह, स्मृतिदिन अशा विविध निमित्तांमधून संगीत मैफिलींचे आयोजन केले जाते. पूर्वी अशा कार्यक्रमांची संख्या तुलनेने कमी असायची. आता कार्यक्रमांच्या संख्येत लक्षणीय वाढ झालेली दिसते. प्रत्येक सण, समारंभ हा शास्त्रीय गायन ऐकून साजरी करण्याची पद्धत गेल्या एक-दोन दशकांपासून रूढ झाली आहे. गायक कलाकारांसाठी ही नामी संधी असते. वेगवेगळ्या अभिरुचीचे, लहानमोठ्या स्वरूपाचे अनेक कार्यक्रम सर्वत्र होत असतात. त्यामुळे हौशी कलाकारांपासून तयारीच्या व्यावसायिक गवयांपर्यंत सर्व कलाकारांना पुरेशी संधी वर्षभर उपलब्ध असते. काळानुरूप, श्रोत्यांच्या अभिरुचीप्रमाणे या सादरीकरणांमध्येही अनेक बदल झालेले दिसतात. अनेक नवनवीन प्रयोग सादरीकरणात केले जातात. कार्यक्रम सतत आयोजित केले जात असल्यामुळे कार्यक्रमांना स्पर्धात्मक स्वरूप प्राप्त झाले आहे. आपली कला आणि त्याचे सादरीकरण इतरांपेक्षा वेगळे आणि वरचढ आहे हे सतत पटवून देण्याची गरज निर्माण झाली आहे. स्पर्धेच्या युगामुळे कलाकाराला नुसत्या तालमीवर किवा उत्तम सादरीकरणावर थांबून चालत नाही, तर स्वत:चे मार्केटिंग करणे क्रमप्राप्त झाले आहे. यात कार्यक्रम आयोजित करणाऱ्यांच्या सतत संपर्कात राहणे, स्वखर्चाने सीडी काढणे, स्वत:च्या बातम्या प्रसिद्ध

करणे, फेसबुक, व्हॉट्सॲप, इंस्टाग्राम यांसारख्या वेगवेगळ्या माध्यमांचा वापर करून प्रसिद्धीच्या झोतात राहणे, स्वत:ची संस्था काढणे, संस्थेत इतरांचे कार्यक्रम ठरवून स्वत:चे नाव चर्चेत ठेवणे, अन्य गायकांच्या संस्थेत स्वत:चा कार्यक्रम घडवून आणणे यांसारख्या आनुषंगिक गोष्टी कराव्या लागतात. मात्र हे सगळे करताना स्वत:च्या रियाजाकडे गायकाचे दुर्लक्ष होऊ शकते. आज कलाकारांची संख्या इतकी वाढली आहे, की आपले स्थान टिकवून ठेवण्यासाठी प्रत्येकाला सतत प्रयत्नशील रहावे लागते. सतत लोकांसमोर राहण्यासाठी वेगवेगळे मार्ग शोधावे लागतात. गायकाला रियाज सांभाळून वरील सर्व कामे स्वत: करणे खूप जिकिरीचे होऊन बसते. अशा वेळी ही कामे करण्यासाठी दुसरी कोणी व्यावसायिक व्यक्ती असेल, तर मात्र हा त्रास खूप प्रमाणात कमी होतो. आजकाल संगीतक्षेत्रात 'पीआर' हा एक महत्त्वाचा व्यवसाय अस्तित्वात आला आहे.

मार्केटिंग ही एक कला असून ती प्रयत्नपूर्वक अवगत करावी लागते. यश मिळवायचे असल्यास कौशल्य विकास महत्त्वाचा ठरतो. अफाट संवादकौशल्य आणि संयोजकाची मानसिकता समजून घेण्याची क्षमता विकसित करावी लागते. श्रोत्यांची आवडनिवड, स्वत:ची देहबोली या बाबीदेखील महत्त्वाच्या ठरतात. यशस्वी कलाकार म्हणून वाटचाल करताना श्रोत्यांच्या आणि संयोजकांच्या अपेक्षा काय आहेत, तसेच काळानुसार होणारे बदल यांचे मूलभूत ज्ञान कलाकाराला असणे महत्त्वाचे ठरते. यश मिळवण्यासाठी व्यावसायिक संबंध महत्त्वाचे असतात, त्यासाठी आवश्यक कौशल्ये शोधून त्यांचा विकास करण्यावर भर द्यावा लागतो.

प्रत्येक गायक कलाकार संगीतक्षेत्रामध्ये करिअर करण्याचे स्वप्न उराशी बाळगून असतो आणि त्या दिशेने मेहनत घेत असतो. हे जरी खरे असले, तरी पूर्णवेळ शास्त्रीय गायक कलाकार म्हणून नावारूपास येणे हे कठीण असते. मार्केटिंग स्किल हे आजच्या युगात ज्याला जमले, तो कलाकार यशस्वी, असे समीकरण होऊन बसले आहे. ज्याला हे गणित जमले नाही, त्याला नाईलाजास्तव निश्चित स्वरूपाचे उत्पन्न मिळवण्यासाठी पर्यायी मार्ग निवडावे लागतात. सध्याच्या काळात संगीतशिक्षक हा सर्वात जास्त प्रचलित असलेला मार्ग आहे आणि संगीतातील पदवी घेतलेल्यांनी या पर्यायाचा सर्वात जास्त वापर केलेला आढळतो. स्वत:ची शास्त्रीय संगीताची तालीम कशा प्रकारे वापरता येईल, याचे कौशल्य संगीतशिक्षकाकडे असावे लागते. शाळांमध्ये संगीताचा वापर मोठ्या प्रमाणात केला जातो. अगदी शाळेच्या प्रार्थनेपासून संगीताच्या तासिकेत शिकवणे, विद्यार्थ्यांच्या कलाने संगीताचा रंजकपणा वाढवणे, विविध शालेय स्तरांवरील स्पर्धांमध्ये भाग घेणे, गायन शिकवणे, विद्यार्थ्यांना प्रोत्साहन देणे

यांसारख्या अनेक कौशल्यांचा अंतर्भाव होतो. याव्यतिरिक्त स्वतःच्या संगीत अकादमीमध्ये गुरू म्हणून कार्य करणे हीदेखील एक मोठी संधी कलाकारांना उपलब्ध असते. ते करताना प्रत्येक वयातील शिष्यांच्या प्रश्नांना उत्तरे देणे, विद्यार्थ्यांमध्ये संगीताची गोडी रुजवणे, तसेच विद्यार्थी दीर्घ काळ गायन शिकेल अशा दृष्टीने अभ्यासक्रमाची दिशा ठरवणे अशी अनेक आव्हाने असतात. स्वतःच्या विद्यालयात गुरू म्हणून कार्य करताना शिकवण्यातील नावीन्य, विद्यार्थ्यांची आणि पालकांची मानसिकता, आजच्या काळाची गरज आणि योग्य तालीम या सगळ्यांचा समतोल राखणे आवश्यक असते. मात्र याचा सर्वात मोठा फायदा म्हणजे आपण घेतलेल्या तालमीचा, अनुभवाचा पुरेपूर वापर शिकवताना करता येतो, निर्णयस्वातंत्र्य असते, स्वतःचा रियाझही सुरू ठेवता येतो आणि सर्वात महत्त्वाचे म्हणजे आर्थिक बाजू सांभाळता येते.

शास्त्रीय गायन हे क्षेत्र लोकाभिमुख असल्याने रसिकांना काय ऐकणे अपेक्षित आहे, याचाही विचार करणे प्राप्त असते. आपल्याला मिळालेली अभिजात गायकीची घराणेदार तालीम आणि रसिकांची आवड यांचा मेळ घालून स्वतःची गायकी किंवा पर्यायाने स्वतःचे करियर घडवता येऊ शकते. जनसंपर्क, सांगीतिक विचारांची देवाणघेवाण, प्रत्यक्ष कार्यक्रमाचा अनुभव, स्वतःचा शिष्यवर्ग, रसिकवर्ग या सगळ्या गोष्टींचा अंतर्भाव होणे आवश्यक असते. शास्त्रीय संगीत शिकून गाण्यात खरेच काही तरी चांगले करण्याची इच्छा आणि गांभीर्य असेल, तर अनेक पर्याय आज उपलब्ध आहेत; पण त्यासाठी किमान पंधरा ते वीस वर्षे बंद दरवाज्याच्या आत तासन्तास, कठोरपणे रियाज करण्याची विद्यार्थ्याची तयारी असावी लागते! इतर कुठलीही व्यवधाने आसपास न ठेवता संगीत साधनेत स्वतःला गुंतवून घेतले, तरच ती साधना गुणवत्तेचा परमोत्कर्ष साधते. उद्याचे दरवाजे उघडायचे असतील, तर अन्य दरवाजे आज बंद करावेच लागतात, हे निश्चित. लोकांना या क्षेत्रात ग्लॅमर दिसते; पण 'मुखडा' आणि 'मुखवटा' या दोन्हींत फरक असतो. मैफिलींत घातले जाणारे छानछान कपडे, दागिने आणि चेहऱ्यावर दिसणारा मेकअप हा 'मुखवटा' असतो. पण खरे महत्त्व कलाकाराच्या आतल्या 'मुखड्याला' असते, त्याच्यामधल्या माणुसकीला असते. त्याचे पाय जमिनीवर असण्याला असते.

शिष्य कसा असावा

गुरू गोविंद दोनो खडे, का के लागू पाय ।

बलिहारी गुरू आप की, जिसने गोविंद दिखाय ।।

शिष्याला गुरूंबद्दल किती निष्ठा आणि आदर असावा याचे वर्णन संत कबिरांनी या दोह्यात केलेले आहे. 'गुरू आणि परमेश्वर एकाच वेळी समोर उभे ठाकले असताना कुणाचे पाय धरावे' असा प्रश्न शिष्याला पडला, तेव्हा तो गुरूंच्या पायावर प्रथम नतमस्तक झाला. याबाबत त्याला विचारले असता तो म्हणाला, 'प्रथम मी गुरूंच्या पाया पडलो, कारण त्यांच्याच कृपेमुळे आज साक्षात परमेश्वराचे दर्शन मला घडले.' शिष्याने या ठिकाणी देवापेक्षाही गुरूंचे स्थान श्रेष्ठ मानले. गुरूंना कायमच चांगला शिष्य घडविण्याची तळमळ असते; पण तशी पात्रता शिष्याकडे असल्यास, गुरूंच्या मार्गदर्शनाखाली शिष्य गुणी कलाकार म्हणून नावारूपास येत असतो. मागील एका प्रकरणात आपण गुरू आणि शिक्षक यांच्यातला भेद बघितला, तसाच फरक शिष्य आणि विद्यार्थी यांच्यातही आहे. शिक्षकांची फी दिली, की विद्यार्थ्याचा आणि शिक्षकाचा हिशोब पूर्ण होतो; पण गुरू पुस्तकी ज्ञानाच्या पलीकडे जाऊन दृष्टी देत असल्याने गुरूंचे उपकार कुठल्याही मोबदल्याने आजन्म फेडता येत नाहीत.

शिष्य कसा असावा याबद्दल समर्थ रामदास स्वामींनी दासबोधामध्ये काही लक्षणे सांगितली आहेत. समर्थ म्हणतात, 'शिष्य निर्मळ, सद्वर्तनी, अनुतापी, निष्ठावान, नेमस्त, साक्षेपी आणि परमदक्ष असावा.'

आदर्श शिष्य होणे हे मोठे कठीण काम असते. शिष्याला आपले स्वत्व विसरून गुरुचरणी लीन व्हावे लागते. आपले आयुष्य गुरूंच्या चरणी समर्पित करावे लागते. गुरूंनी सांगितलेली प्रत्येक गोष्ट शिष्याला शिरसावंद्य मानावी लागते. गुरू सहजासहजी

प्रसन्न होत नसतात. शिष्याला आपल्या वागणुकीने, कृतीने गुरूंना प्रसन्न करून घ्यावे लागते. शिष्याच्या बारीकसारीक कृतींतून गुरूंविषयी निष्ठा व्यक्त होत असते. गुरुनिष्ठेचे उत्तम उदाहरण म्हणजे एकलव्य! द्रोणाचार्यांनी ज्या वेळी गुरुदक्षिणा म्हणून एकलव्याला उजव्या हाताचा अंगठा मागितला, तेव्हा कुठलाही किंतु मनात न ठेवता एकलव्याने ताबडतोब आपला अंगठा कापून गुरूंच्या चरणी अर्पण केला. अर्थात, असे गुरू आणि शिष्य आता होणे नाही.

उत्तम गायक होण्यासाठी शिष्यामध्ये काही गुण अंतर्भूत असावे लागतात. भगवंताकडून मिळालेला सच्चा सूर, तालाची समज आणि कुशाग्र बुद्धिमत्ता असल्याशिवाय गायकीच्या वेगवेगळ्या अंगांचे आकलन आणि श्रोत्यांसमोर कलेचे सादरीकरण शक्य नाही.

शिष्याच्या वागण्यातून गुरूंविषयीचे प्रेम दिसून येते. त्यांच्याविषयीचा आदर आणि भाव गुरूंच्या सहज लक्षात येतो. गुरु–शिष्याचे हे नाते मोठे नाजूक असते. अनेक वेळा या नात्यात गैरसमज निर्माण व्हायची शक्यता असते. गुरूंची प्रतिष्ठा वाढेल, त्यांच्या लौकिकात भर पडेल असे शिष्याचे आचरण असावे लागते. शिष्य जितका नम्र, निष्ठावान, प्रामाणिक, आज्ञाधारक, आचारसंपन्न असेल, तितका तो आपल्या गुरूंच्या निकट पोहोचत असतो. शिष्याची पात्रता, योग्यता पाहूनच गुरू त्याला विद्या देत असतात; कारण प्रत्येक धातूमधून दागिने घडविता येत नाहीत.

शिष्याला अत्यंत हुशारीने आणि डोळसपणे गुरूंकडून विद्या ग्रहण करावी लागते. अतिशय सतर्क राहून गुरू काय शिकवत आहेत ते पचवावे लागते. शिष्याला स्वतःच्या मर्यादा, स्वतःची क्षमता माहीत असावी लागते. आपल्या क्षमतेनुसार, आहे त्या परिस्थितीत काय चांगले करता येईल हे समजावे लागते. गुरु–शिष्याचे नाते प्रदीर्घ काळ टिकण्यासाठी गायकी, आवाजाचा पोत, शिष्याच्या क्षमता या सर्व गोष्टींचा विचार करावा लागतो. शिकवलेले ग्रहण करायला अवघड आहे, सोपे आहे, का मर्यादापलिकडचे आहे हे समजावे लागते. त्यानुसार नक्की किती प्रगती होते याचे तारतम्य असावे लागते. शिकलेली विद्या पचवता येत नसेल, तर कुठे काय कमी पडते आहे हे समजण्याची बुद्धी शिष्याकडे असावी लागते. गुरूंवर श्रद्धा ठेवून ते सांगतील त्या मार्गावरून चालण्याचा संयम असावा लागतो. शिष्याला जसे योग्य गुरू भेटणे आवश्यक असते, तसेच गुरूंना चांगला शिष्य मिळणे हादेखील नशिबाचा भाग असतो. भीमसेनजींना लहानपणीच गुरुभेटीचा ध्यास लागला होता. गायनाच्या तळमळीपोटी त्यांनी स्वतःचे घर सोडले आणि भारतभर हिंडून गुरूंचा शोध घेतला. त्यांच्या पूर्वपुण्याईने त्यांना सवाई गंधर्व भेटले. त्यांनी या हिऱ्याला पैलू पाडले आणि भीमसेनजी संगीतविश्वाचे सम्राट झाले. चांगला शिष्य गुरूंचे नाव सर्वदूर पोहोचवत

असतो आणि गुरूंच्या नावलौकिकात त्यांच्या कारकिर्दीनंतरही भर टाकत असतो. भीमसेनजी याचे ज्वलंत उदाहरण आहेत.

गुरूंची गायकी, विचार, कल्पना चांगल्या शिष्यांच्या माध्यमातून पुढे जाते. घराण्याची गायकी आपल्या पश्चात टिकवून ठेवण्यासाठी असे शिष्य तयार करणे गुरूंच्या दृष्टीने महत्त्वाचे असते. शिष्याने आपल्याही पुढे जाऊन कीर्ती मिळवावी अशी प्रत्येक गुरूची इच्छा असते. आपला शिष्य खूप चांगली प्रगती करत आहे आणि इतर लोक त्याचे कौतुक करत आहेत याचा गुरूंना नेहमीच अभिमान वाटतो. संगीतक्षेत्रामध्ये अशा गुरुशिष्यांच्या अनेक जोड्या प्रसिद्ध आहेत. उदाहरणार्थ, मोगुबाई कुर्डीकर आणि किशोरी आमोणकर, भास्करबुवा बखले आणि नारायण श्रीपाद राजहंस उर्फ बालगंधर्व, पंडित मणिराम आणि पं. जसराज, रामभाऊ कुंदगोळकर उर्फ सवाई गंधर्व आणि पं. भीमसेन जोशी. गुरु-शिष्यांचे नाते काळानुसार बदलले असले, तरी कलाजगतामध्ये अजूनही शिष्याच्या मनात गुरूंबद्दल अतीव प्रेम, आदर, निष्ठा दिसून येते.

कलाकाराचे आयुष्य

लोकप्रियतेच्या शिखरावर पोहोचलेल्या किंवा त्या मार्गाने कालक्रमणा करत असणाऱ्या कलाकाराच्या आयुष्याबद्दल प्रत्येकालाच उत्सुकता असते. त्याचा प्रवास, अडीअडचणी, कौटुंबिक माहिती, आर्थिक परिस्थिती, दैनंदिन जीवन यांबाबत त्याच्या रसिकांना नेहमीच कुतूहल वाटत असते; कारण कलाकाराचे आयुष्य सर्वसामान्य माणसांपेक्षा खूप वेगळे असते. ते कधीच आखीवरेखीव नसते. कलाकाराची प्रतिभा, सौंदर्यदृष्टी, ऊर्मी, जिद्द, हट्ट, लहरीपणा, वागण्याबोलण्यातले वैचित्र्य, त्याचे रूटीन, मूड, सगळे निराळेच! एवढेच काय तर त्याची वेशभूषा, राहणी यांवरूनदेखील कलाकाराचे वेगळेपण दिसून येतेच.

सर्वसामान्य लोकांपेक्षा कलाकार वेगळा उठून दिसतो, तो त्याच्या प्रतिभेमुळे. कलाकारामधील प्रतिभा ही एक अशी गोष्ट असते, जिला घड्याळ कुणी शिकवलेलेच नसते, आणि तो तर त्या प्रतिभेचा गुलाम असतो. प्रतिभा कलाकाराला आयुष्यभर आपल्या बोटांवर नाचवत असते. तिच्या मनात असेल तेव्हा मुकाट्याने गायकाला तानपुरा, चित्रकाराला कुंचला तर लेखकाला लेखणी हाती घ्यावी लागते. म्हणूनच घड्याळ न बघता, वेळीअवेळी हे लोक कलेत रममाण झालेले दिसतात. सुचलेली एखादी लकेर किंवा रंगाचा एखादा स्ट्रोक त्यांना अत्यंत आनंद देऊन जातो. मनात असूनही व्यक्त न होणारी प्रतिभा मात्र अस्वस्थ करते. अशा वेळी कलाकाराची तहानभूक हरपून जाते, तो अस्वस्थ होतो; कारण डोक्यात फक्त कलेचा विचार असतो. अशा वेळी हवे ते जमले तर ठीक, नाही तर सगळा हिरमोड! घरातल्या लोकांना हे परिचित असते, पण बाहेरच्या लोकांना हे वागणे खटकते, आणि मग कलाकाराला 'मूडी' असल्याचे लेबल हमखास चिकटवले जाते! कधी अस्वस्थ, कधी अत्यंत आनंदी, कधी दुःखी, कधी आत्ममग्न, तर कधी दिलखुलास अशा कलाकाराला लोकांनी 'मूडी' म्हटले, तर चुकले कुठे?

कलाकाराचे कार्यक्रमात सतत व्यग्र असणे लोकांना अपेक्षित असते. प्रत्यक्षात

मात्र, सतत श्रोत्यांच्या नजरेसमोर असणे, सारखे कार्यक्रम, अखंड दौरे असे नसते. किंबहुना, तसे असेल तर कलाकाराच्या दृष्टीने रियाजाला आणि नवीन सर्जनात्मक काहीतरी करण्याला वाव आणि वेळ मिळत नाही. गाणाऱ्या लोकांना हमखास विचारल्या जाणाऱ्या प्रश्नांमधला एक चिकित्सक प्रश्न असतो, 'सध्या तुम्ही काय करता? खूप दिवसांत तुमचे काही ऐकले नाही कुठे.' असे विचारण्यामागचा उद्देश कलाकाराला मात्र कधीच कळत नाही. खूप दिवसांत गाणे ऐकले नाही याचे दुःख असते, की 'अजिबात कार्यक्रम नाहीत सध्या तुम्हाला' असा शालजोडीतला टोमणा असतो? की तुम्ही आता काही तरी करायला हवं असा प्रेमळ सल्ला असतो...? या प्रश्नाचे उत्तर असे की, 'खरा कलाकार आपल्या कलेतच आकंठ बुडालेला असतो!' सारखे प्रकाशझोतात असणे म्हणजेच फक्त कलाकारपण सिद्ध होणे, असे नसते. कलाकार स्टेजवर गात नसला, तरी तो अखंड संगीताच्या कोशामध्ये असतो. तो रोज गात असतो; कधीतरी लोकांसाठी आणि रोजच्या रोज स्वत:साठी! कलाकाराला खरा आनंद त्यातच मिळतो. एखादी मैफल जेव्हा यशस्वीरीत्या जमते, तेव्हा त्यामागे कलाकाराची अनेक वर्षांची मेहनत आणि रियाज असतो. मनासारखी मैफल जमेपर्यंतच कलाकाराचे अर्धेअधिक केस पांढरे झालेले असतात आणि तरीसुद्धा त्याच्या कलाकृतीबद्दल तो क्वचितच पूर्णत: समाधानी असतो. श्रोत्यांना कलाकाराच्या एखाद्या मैफलीतून आनंद मिळतो, तेव्हा त्या यशामागे कलाकाराचे संपूर्ण आयुष्य खर्ची पडलेले असते. कलाकाराच्या यशामध्ये त्याचा स्वत:चा आणि त्याच्या कुटुंबाचा केवढा तरी त्याग असतो. यशाची वाट चोखाळत असताना कलाकाराने अनेक नवीन प्रयोग केलेले असतात, कधी फसलेले तर कधी जमलेले! त्यामागे चिंतन असते, मनन असते, सखोल अभ्यास असतो. अनेक चढउतार त्याने बघितलेले असतात. तरीसुद्धा या प्रवासात फक्त आनंदच असतो. कुणीतरी मल्लिकार्जुन मन्सूर यांना एकदा प्रश्न केला, ''अण्णा, गाण्याच्या विद्येत कष्ट असतात का हो?'' त्यावर अण्णा लगेच म्हणाले, ''कष्ट? अहो, गाण्याचे कधीच कष्ट होत नसतात. आमचे भाग्य म्हणून आम्ही गवई झालो. आमच्या दुनियेत कष्ट नसतात. असतो तो फक्त आनंद!''

कलाकाराला दिवसागणिक कार्यक्रम नसले, तरी रोजचा रियाज असतो. गमतीत असे म्हटले जाते की, 'कलाकाराचा एक दिवस रियाज चुकला, तर त्याच्या सादरीकरणात त्याला स्वत:ला फरक जाणवतो, दोन दिवस चुकला तर घरातल्यांना जाणवते आणि आठवडाभर चुकला तर चाणाक्ष श्रोत्यांना फरक जाणवतो.' रियाज म्हणजे कलाकाराचे व्रत आहे. आजन्म घेतलेले व्रत. शिष्य घडवण्याचे, विद्यादानाचे काम कलाकार करत असतो. अनेक शिष्यांचे भविष्य त्याच्या हातात असते. त्यामुळे अत्यंत

जबाबदारीचे काम तो करत असतो. कलाकाराला कायम नावीन्याचा ध्यास असतो. सतत नवीन प्रयोग करून, नवीन काही तरी करण्याचा त्याचा प्रयत्न असतो. एखाद्या संगीतविषयक गोष्टीचा त्याला विशेष अभ्यास करायचा असतो; कारण कलाकार नेहमीच कला समृद्ध होण्याच्या दृष्टीने प्रयत्नशील असतो. तो सतत नवीन शिकत असतो, नवीन ऐकत असतो. कितीही मोठा कलावंत झाला, तरी तो कायम विद्यार्थीच असतो. कधी रेकॉर्डिंग, कधी घरगुती मैफिली, कधी कुठे सांगीतिक चर्चा, सप्रयोग व्याख्याने, मुलाखती, रंगीत तालमी, कधी कार्यक्रमासाठी प्रवास, दौरे अशा अनेक गोष्टी कलाकाराला सतत कराव्या लागतात.

कलाकाराला कधीकधी अपयशाला तोंड द्यावे लागते. मग ते अपयश कधी कलेतले असते, ज्यामुळे त्याच्या सांगीतिक प्रवासात अडथळे निर्माण होतात; कधी संसारातील अडचणींमुळे त्याचे भावानिक विश्व कोलमडते किंवा कधी आर्थिक अडचणींमुळे, ज्यामुळे संसारातील गणिते चुकतात! कुठल्याच कलेला आर्थिक शाश्वती नाही, निश्चित उत्पन्न नाही; त्यामुळे कलाकाराला आर्थिक स्तरावर अनेक प्रश्न भेडसावत असतात. तरी या सगळ्यातून तो कला जिवंत ठेवत असतो. एक कलाकार म्हणून रंगमंचावर बसताना हे सगळे विसरून मुक्तहस्ताने श्रोत्यांना स्वर्गीय आनंद देण्याचा प्रयत्न करत असतो. याशिवाय कलाकाराला एक सामाजिक प्रतिष्ठा असते, त्यामुळे कधी कुठेतरी प्रमुख पाहुणे म्हणून, तर कुठे उद्घाटनाला, कुठे परीक्षक म्हणून त्याला वेळ द्यावा लागतो. अशा अनेक जवाबदाऱ्या तो पार पाडत असतो आणि हे सगळे करत असताना त्याला प्रपंचही असतो. संसार, मुलेबाळे, आजारपण, अपघात हे सगळे त्यालाही चुकलेले नसते; कारण कलाकार असला, तरी आधी तो सर्वसामान्य माणूस असतो.

श्रोते

भारतीय शास्त्रीय संगीताचा श्रोता जगभर विखुरलेला आहे. शास्त्रीय संगीताचे कुतूहल बाहेरील देशांत खूप मोठ्या प्रमाणात दिसून येते. त्यांना संगीताबद्दल वाटणारी उत्सुकता, श्रवणातून मिळणारा आनंद आणि वाटणारी जिज्ञासा ही अचंबित करणारी गोष्ट आहे. आज अनेक परकीय विद्यार्थी भारतात येऊन शास्त्रीय संगीताचे शिक्षण घेत आहेत. जे संगीत बाहेरच्या लोकांना आकर्षून घेते, त्या संगीताला भारतातही प्रचंड प्रेम मिळत आहे, हे संगीत समारोहांना येणाऱ्या श्रोत्यांच्या संख्येवरून सहज लक्षात येते.

शास्त्रीय संगीत हे महासागरासारखे खोल आहे. ते केवळ जाता जाता कानावर पडणे आणि आवडू लागणे पुरेसे नसते, तर त्यात कायमच पुढे शिकायला वाव असतो. त्यामुळे नवशिका विद्यार्थी असो किंवा उस्ताद, प्रत्येकाला रोज नवीन काहीतरी शिकण्यासारखे असतेच. प्रत्येकाने शिकून अगदी मैफल जरी गाजवली नाही, तरी एक उत्तम कानसेन तयार होतो आणि संगीतातला बारीकसारीक आनंद प्रत्येकाला घेता येतो. गायकालाही उत्तम श्रोता हवाच असतो. जशी एखादी पाककृती केल्यावर खवय्या हवा, तसेच मेहनत, रियाज आणि घराण्याच्या परंपरेतून तयार झालेले संगीत ऐकायला जाणकार श्रोता हवाच! याच कारणामुळे मैफिलीत पहिल्या रांगेत कोण गुणीजन बसले आहेत हे बघूनच अनेकदा गायकाची कळी खुलते. हे तज्ज्ञ लोक जशी चुकांची नोंद घेतात, तसेच गायकाने केलेल्या नवीन प्रयोगांना मनापासून दादही देतात. या देवाणघेवाणीतून मैफील अधिक जिवंत होऊन रंगत जाते.

प्रत्येक श्रोत्याला मैफिलीचा आनंद किती प्रमाणात घेता येईल, हे अनेक गोष्टींवर अवलंबून असते. गायक, त्यांचे प्रस्तुतीकरण, ध्वनिव्यवस्था, श्रोत्यांची संगीतातील जाण वगैरे. ज्याची जेवढी जाण, तेवढा आनंद अधिक. श्रोत्यामध्ये आस्वाद घेणाऱ्यांचे वेगवेगळे प्रकार दिसतात. काही थोडे फार शिकलेले आणि तेवढ्यावर हुशारी दाखवणारे. काही थोडेफार शिकून किंवा न शिकता टीका करणारे, तर काही मैफल ऐकून शिकणारे. काही तज्ज्ञ, तर काही समीक्षक. काही गंमत म्हणून आलेले, तर काही नियमित मैफिली ऐकतो याचीच फुशारकी मारणारे. काही श्रोते तिकीट काढून

मैफिलीला येणारे आणि गप्पा मारत बसणारे असतात. बोलायला कुणी नसेलच, तर मोबाईल बघत बसणारे. शांतपणे फोन बघत बसण्यातही त्यांचे समाधान होत नाही, तर अनेक वेळा त्यांचा फोन वाजतो. हे लोक शांतपणे घरीच मोबाईल का बरे बघत बसत नाहीत, असा अनेकांना प्रश्न पडतो. असे लोक स्वत: तर आनंद घेत नाहीतच, पण इतरांचाही रसभंग करतात.

काही खानदानी शास्त्रीय संगीत श्रोते असतात. वर्षानुवर्षे मैफिलींना येणारे. सभागृहातील त्यांची पुढची जागा ठरलेली असते. गाण्यांच्या मधल्या वेळेत 'आज यमन तेवढा जमला नाही – अमुक साली ऐकलेला तमक्यांचा यमन अजून जसाच्या तसा स्मरणात आहे' वगैरे चर्चा करणारे. संगीतातला कुठलाही नवीन प्रकार त्यांना पटकन रुचत नाही. सध्याच्या पिढीपेक्षा पूर्वीचे कलाकार कसे श्रेष्ठ होते, आणि आपण त्यांना ऐकल्यामुळे आपण कसे वरच्या दर्जाचे श्रोते आहोत, हे मिरवणारे हे लोक. त्यांच्याकडे अनेक मैफिलींतील गाणी असतात. अनेक मोठमोठ्या गवयांना त्यांनी प्रत्यक्ष ऐकलेले असते आणि त्याचा यथेच्छ अभिमान त्यांना असतो. मैफील म्हणजे आजकालच्या भाषेत एक 'हॅपनिंग' ठिकाण असते. केशवराव भोळेंच्या 'अस्ताई' पुस्तकातला त्या संदर्भातला हा किस्सा फारच मार्मिक आहे.

कमालीच्या उतावीळ वृत्तीचे एक रसिक डॉक्टर होते. त्यांनी वैद्यकीय ग्रंथाबरोबर संगीतावरील सर्व ग्रंथ पालथे घातले होते. आपल्या पुस्तकी ज्ञानाची चुणूक ते आजूबाजूच्या श्रोत्यांना नेहमी दाखवत असत. एकदा एका सकाळच्या मैफिलीत अकराच्या सुमारास गायक 'सुघराई कानडा' आळवत होते. आपल्या तथाकथित विद्वत्तेच्या तिकिटावर प्रवेश मिळवून, कुणाच्या पायावर पाय देत, ठेचकाळत डॉक्टर त्या गायकाच्या समोर एकदाचे येऊन बसले. येऊन स्थानापन्न होईपर्यंत 'हा लंकाधन सारंग' म्हणून त्यांनी रागनिदान वर्तवले. शेजारी एक खमंग श्रोता होता. 'डॉक्टरसाहेब, लंकादहन होऊन हजार वर्षं झाली, हा सुघराई कानडा' असे म्हणून त्यांनी डॉक्टरांची मिजास उतरवली. हा राग संपल्यावर गायकाने समयोचित अशा 'शुद्ध सारंग'ला सुरुवात केली, तोच डॉक्टरांनी लगेच 'शाम कल्याण' म्हणून रागाचे तत्काळ निदान केले. शेजारचा खमंग श्रोता म्हणाला, ''आता मात्र कमाल केलीत, डॉक्टर! शाम कल्याण हा रात्रीचा राग भर दुपारी बारा वाजता कोणता गायक गाईल हो? निदान काळ–वेळ बघून तरी राग ओळखा. इतक्या उतावीळपणे रोग्याचं निदान केलं, तर रोगी गेलाच म्हणून समजा!''

काही लोक म्हणजे शास्त्रीय संगीताची एक टक्का आवड नसूनही 'स्टेटस सिम्बॉल' म्हणून मैफिलीला हजेरी लावणारे असतात. आम्ही कायमच मैफिली ऐकतो याचा

वृथा अभिमान असणारे श्रोते. मस्त नवीन कोरे, कडक इस्त्रीचे कपडे घालून, जोरदार परफ्यूम मारून मैफिलीत सारखी इकडेतिकडे मिरवणारे लोक म्हणजे हेच. संगीत कळो वा न कळो, महागातले महाग तिकीट काढून पुढे बसणे, सतत मान हलवून दाद देणे आणि दर दोन आवर्तनानंतर 'क्या बात है', 'ओहोहो' असे उद्गार काढणे हे त्यांचे काम. सतत मैफिली ऐकून त्यांना समही कळते आणि हवेत हात उंच करून ते अतिशय आत्मविश्वासाने सम दाखवूही शकतात, हे मात्र नक्कीच कौतुकास्पद असते.

मैफिलीतले अजून एक महत्त्वाचे श्रोते म्हणजे सतत फोन हातात घेऊन रेकॉर्डिंग करणारे किंवा फेसबुक लाइव्ह करणारे लोक. मैफिलीला आल्यावर छान गाण्याचा आस्वाद घ्यावा, तर ते सोडून हे लोक मात्र व्हिडिओ करण्याच्याच मागे असतात. गाणे कसे झाले यापेक्षा ते नीट 'रेकॉर्ड' झाले आहे की नाही याचीच चिंता त्यांना जास्त असते! रेकॉर्डिंगमध्ये डिस्टर्ब होऊ नये म्हणून हे केवळ मान हलवूनच दाद देतात. आजूबाजूच्या श्रोत्याने एखाद्या जागेला 'क्या बात है' यासारखी दाद दिली, तर त्याच्याकडे 'खाऊ का गिळू' अशा नजरेने पाहतात. एक मात्र नक्की, अशा श्रोत्यांमुळे कलाकृती अनेक लोकांपर्यंत पोहोचते. घरी गेल्यावर यूट्यूबवर व्हिडिओ टाकायची तसदी ते घेतात, त्यामुळे असे श्रोते कलाकारांना नक्कीच आवडतात. तंत्रज्ञानाच्या प्रगतीमुळे अशा श्रोत्यांची संख्या दिवसेंदिवस वाढतच आहे.

काही श्रोते फक्त फुकट मैफिलीला हजेरी लावणारे. वेळ झाली की निघून जाणारे. गाणे आवडले तर उत्तम, नाही आवडले तरी खेद नसलेले. असे लोक असून नसून सारखेच असतात. गाणे रंगल्याचे सुख नाही आणि पडल्याचे दुःख नाही. ना ते दाद देतात, ना नावे ठेवतात. फक्त वेळ घालवायला म्हणून येणारे. या सर्वांमधला शेवटचा प्रकार म्हणजे खरा श्रोता. हे फक्त मैफल ऐकायला येतात, आनंद घ्यायला येतात. कामधंद्यातून वेळ काढून, दमलेले-भागलेले, पण गाणे ऐकून ताजेतवाने होणारे. काहीतरी कला असायला हवी होती अंगात, मग या नोकरीधंद्यातून सुटका मिळाली असती असे वाटणारे. त्यांचे कलाकारांवर मनापासून प्रेम असते. गाणे आवडले, तर खुली दाद ते देतात. गाणे मनाला स्पर्शून गेले, तर त्यांचे डोळे पाणावतात. कलाकाराला भेटायला मिळाले, तर काय बोलू काय नको असे त्यांना होते. प्रसंगी गडबडून जातात. पण त्यांच्यात सच्चेपणा असतो, जो सर्वांना भावतो. असे श्रोते मात्र प्रत्येक कलाकाराला हवेहवेसे वाटतात.

संगीतातील सौंदर्यस्थळे

सौंदर्य म्हणजे एक जाणीव किंवा अनुभूती असते, जिचा शरीरावर आणि मनावर अत्यंत हितकारक परिणाम होत असतो. मग ते सौंदर्य आकाशातील रंगांच्या विविध छटांमध्ये असेल किंवा २०-२०च्या क्रिकेट सामन्यामधील शेवटच्या बॉलवर मारलेल्या षट्काराचे असेल. अनुभूतीने शरीर, मन आणि बुद्धी यांचा समतोल साधला जातो आणि चित्तवृत्ती प्रफुल्लित होतात. अनुभूतीमुळे शरीरातील ग्रंथींवर सकारात्मक परिणाम होऊन अत्यानंदाच्या मनःस्थितीत गायक आणि श्रोता पोहोचत असतो. अनुभूती ही नेहमी शब्दातीत असते आणि मैफिलीमध्ये प्रत्यक्ष अनुभवण्याची असते. ज्या गायनामुळे चित्तवृत्ती तरल होऊन मन आर्द्र होते, ते गायन सौंदर्यपूर्ण आहे असे म्हणता येईल. सौंदर्याच्या अनुभूतीचे निश्चित ठोकताळे नसतात, कारण ते कलावंतावर आणि रसिकांवर अवलंबून असतात. त्यांचा निकष लावणे अवघड असते, कारण सौंदर्य हे व्यक्तिसापेक्ष असते. या सौंदर्य सिद्धान्तांमध्ये अपेक्षित असलेली सौंदर्यतत्त्वे म्हणजे नावीन्य, सुसूत्रता, चैतन्य वगैरे. याशिवाय गायकाचा आवाज, व्यक्तिमत्त्व, बुद्धिमत्ता, क्षमता, आवड, संस्कार, शिक्षण इत्यादी घटकांमुळे प्रत्येक कलाकाराच्या आविष्कारामध्ये भिन्नता दिसून येते. सादरीकरणाच्या संकल्पना काळानुरूप बदलत असतात. तरीसुद्धा सामान्यपणे मैफिलीत अनुभूती देणाऱ्या सौंदर्यस्थळांच्या निकषांचा इथे विचार केला आहे. सुरेल संगीताचे आवश्यक घटक म्हणजे सूर आणि लय. या दोन्हींच्या संयोगातून सौंदर्याकृती निर्माण होत असते; पण अशी सौंदर्यानुभूती मैफिलीतल्या प्रत्येक श्रोत्याला निश्चितपणे एकाच क्षणी येते असे नाही. संगीतातील राग, स्वर किंवा ताल यांची मूलभूत माहिती जरी नसली, तरी श्रोते अशा अनुभवांमधून कलाकृतीचा आनंद घेऊ शकतात. या विषयाचा अभ्यास असेल, तर त्याचा आनंद डोळसपणे घेता येतो हे मात्र नक्की.

● **आवाज :** गायकाच्या आवाजाच्या जातीनुसार गायनाचा प्रभाव अंशात्मक आणि गुणात्मकरीत्या बदलू शकतो. उदाहरणार्थ, मैफल चालू असताना सभागृहात

शिरल्यावर चांगल्या आवाजाचा परिणाम तत्क्षणी जाणवतो. उत्तम आवाज हे गायकाचे प्रभावी माध्यम आणि साधन आहे. उत्तम आवाज म्हणजे नुसता गोड, मधुर आवाज नसून, स्वरसाधनेमुळे ज्या आवाजाला लोच, धार आणि तेज प्राप्त झालेले आहे असा आवाज. खर्जसाधनेमुळे आवाजात धीरगंभीरता येते आणि आवाजाला घनता प्राप्त होते. असा आवाज कधीही चोरून, रेकून काढलेला नसतो. रचनात्मक सौंदर्य बघण्यात नादमधुरतेकडे दुर्लक्ष होऊन चालत नाही. आवाज मूलत: उत्तम असेल, तर मैफल अधिक यशस्वी होते. सर्वसामान्य श्रोत्यांना शास्त्रीय संगीताकडे आणि स्वत:कडे अधिक आकृष्ट करता येते. यामुळे शास्त्रीय संगीताचा अधिकाधिक प्रसार होण्यासही मदत होते.

● **सुरेलपणा :** सुरेलपणा हा कंठसंगीतातला महत्त्वाचा घटक आहे. गायकाचा कंठ स्वर हा स्वच्छ, सुरेल, मोकळा आणि अविकृत असला पाहिजे. तो स्निग्ध, स्थिर, कर्णमधुर, टोकदार, धारदार आणि श्रोत्यांचे रंजन करणारा असावा. कारण स्वराला एक चैतन्यमयी अस्तित्व आहे. धारदारपणामुळे स्वर तेजस्वी बनतो. स्वरसाधनेमुळे स्वर अधिक रुंद, भरीव, दमदार आणि कसदार बनतो. स्वरामध्ये आस असल्यास गायनातील गांभीर्य आणि उदात्तता वाढते. आसयुक्त आवाज शांत रसाला उपयुक्त असतो आणि तो श्रोत्यांना खिळवून ठेवतो. या सर्व गुणांनी युक्त असलेल्या आवाजात, खटका, मुर्की, मींड, गमक, कणस्वर इत्यादी अलंकार सौंदर्यपूर्ण वाटतात. एखादी बाळबोध रचनाही श्रोत्यांच्या मनाचा ठाव घेते ती सुरेलपणामुळेच.

● **लय आणि ताल :** स्वराचा संबंध हृदयाशी, तर लयीचा संबंध मेंदूशी असतो असे म्हणतात. लय या तत्त्वाचा समावेश सर्वच कलांमध्ये मानला जातो. ख्यालगायनाच्या सुरुवातीला मोजक्या स्वरांमध्ये आलापगायन केले जाते. नंतर बंदिश गाऊन आलापी सुरू होते, मग बोल–आलाप, ताना या सर्वांमध्ये अंतर्गत लय असतेच. लय ही फक्त तालात नसून प्रत्यक्ष गायन क्रियेमध्ये अपेक्षित असते आणि ती सादरीकरणादरम्यान वाढवली जाते. विलंबित गायनापासून द्रुत गतीपर्यंत लयीचा उत्कर्ष होत असतो, जो लयीचे सौंदर्य वाढवण्यास कारणीभूत असतो. भारतीय संगीत ऐकताना श्रोता वेळोवेळी मान डोलवताना दिसतो तो लयतत्त्वामुळेच. काही कलाकार अति द्रुत लयीचादेखील वापर करतात आणि एक वेगळा सौंदर्याविष्कार करतात.

● **विराम :** संगीतातील विराम म्हणजे गायन क्रिया चालू असताना गायकाची काही क्षण विश्रांतीची जागा. संगीतामध्ये सातत्याला जेवढे महत्त्व आहे, तेवढेच विरामालादेखील आहे. समानता आणि असमानता याप्रमाणेच गायन आणि विराम यांचे असते. विरामामुळे

गायनाचे सौंदर्य वाढत असते. या विरामामध्ये केवळ सुरेल तानपुरा वाजतो किंवा सहवादकांचे सादरीकरण होत असते, ज्यामुळे कलाकृती अधिक सौंदर्यपूर्ण होते. या विरामाच्या क्षणी संगतकारांच्या वादनामुळे किंवा स्वरसाथ करत असणाऱ्या शिष्याच्या आवाजामुळे एक हवाहवासा बदल होतो. याच कारणामुळे शिष्याची स्वरसाथ झाल्यावर किंवा वादकांचे वादन झाल्यावर हमखास टाळ्या मिळतात.

● **बंदिश :** स्वर, लय, शब्द आणि एखाद्या रागात निर्माण केलेली सौंदर्यपूर्ण रंजक आकृती म्हणजे बंदिश होय. बंदिशीत वेगवेगळ्या प्रकारचे सौंदर्य असू शकते. जसे वेगवेगळ्या मात्रांपासून किंवा स्वरांपासून सुरू होणारी बंदिश, आड लयीने जाणारी बंदिश. रचनेचे, विषयाचे, अर्थाचे आणि शब्दांचे सौंदर्य असणारी बंदिश. कधीतरी बंदिशीमध्ये तबल्याच्या बोलांचा उपयोग केला जातो, तर कधी तराण्याचे शब्द वापरले जातात. बऱ्याच बंदिशींमध्ये ही सौंदर्यतत्त्वे सहज दिसून येतात, तर काही बंदिशींमध्ये गायकाला ती उलगडून दाखवावी लागतात. उदाहरणार्थ, सुंदर अर्थ असलेली ही भैरवी रागातील बंदीश :

भैरवी प्रियदर्शिनी रंजनी रागिनी मोहिनी
हे माते वर दे शक्ती दे
हम कला उपासक माँगे तुम्ही सो दान आज
नृत्य गीत वाद्य संगीत की सेवा करे
यही कामना मनोभावना ॥

● **वाद्याचे ट्युनिंग :** कार्यक्रमापूर्वी तानपुरा आणि इतर साथीची वाद्ये एका स्वरामध्ये मिळवणे ही एक अत्यंत महत्त्वाची बाब असते. एखादे वाद्य सुरात मिळवताना ऐकणे हा अत्यंत रोमांचकारी अनुभव असतो. ते वाद्य सुरात लागण्याची प्रक्रिया, ते थोडे कमी किंवा जास्त स्वरात बोलत असताना होणारी चलबिचल आणि ते सुरात लागल्यावरचा आनंद हा अनुभव प्रत्येकाने घेण्यासारखा असतो. ते वाद्य सुरात लागल्यावर कलाकाराची प्रसन्न, विजयी मुद्राही बघण्यासारखी असते. मैफल सुरू होण्यापूर्वीचा हा अनुभव आणि पुढच्या सादरीकरणातील उत्सुकता हे सर्वच सौंदर्यपूर्ण असते. म्हणूनच क्वचित कधीतरी वाद्याच्या ट्युनिंगसाठी थोडा वेळ गेला, तरी श्रोते शांतपणे तो अनुभव घेत असताना दिसतात. या उलट अशा सौंदर्यानुभूतीचा अनुभव नसलेल्या श्रोत्यांची मात्र चुळबुळ सुरू होते किंवा टाळ्या वाजवून नापसंती दर्शवताना ते दिसतात. वाद्य

जुळवताना प्रेक्षक किती शांत आहेत यावरून कलाकाराला श्रोत्यांची संगीतामधील समज लक्षात येते.

● **सम :** प्रत्येक आवर्तनाचा परमोच्च क्षण म्हणजे सम. या समेच्या मात्रेवर श्रोते दाद देताना दिसतात. संपूर्ण आवर्तन भरून झाल्यावर तबलजी, संवादिनी वादक आणि गायक या मात्रेवर एकत्र येतात आणि सौंदर्यानुभूतीचा आनंद स्वत: घेत श्रोत्यांना देतात. कलाकार संथ आलापी करत असो, लयीशी खेळत, बोलआलापी करत असो किंवा द्रुत लयीत दाणेदार ताना घेत असो, कुठल्याही प्रकारात समेचा आनंद मिळतोच. मोठमोठ्या महोत्सवांमध्ये कलाकारांबरोबर समोर बसलेले हजारो प्रेक्षकही हात उंच करून मान डोलवत ही सौंदर्यानुभूती घेताना दिसतात.

● **बढत :** एखादा कलाकार राग कसा खुलवतो हे संगीत समजणाऱ्याला आणि थोड्याफार प्रमाणात काही न समजता ऐकणाऱ्यालाही आनंद देऊन जातो. रागाची बढत, कलाकाराला त्या रागाचे दिसलेले सौंदर्य, ते मांडायची पद्धत हे सर्व सुखद असते. कधी स्वरांमधून, तर कधी शब्दांमधून, कधी सरगम, तर कधी तानांमधून राग उलगडला जातो. रागाचा एकेक पैलू उलगडत रागाचे साक्षात स्वरूप अनुभवणे अत्यंत सुखद असते. संगीत कळणाऱ्याला तर आनंद मिळतोच, पण न कळणाऱ्यालाही त्यातले प्रवाहीपण जाणवते आणि सौंदर्यानुभूती येते. याच कारणामुळे विलंबित लयीमध्ये गायन चालू असताना समाधी लावून बसलेले श्रोते द्रुत बंदिश चालू झाल्यावर हाताने ताल धरताना दिसतात.

● **सप्तक :** मध्य सप्तकापासून गायन सुरू झाले, तरी आपल्या तयारीप्रमाणे गायकाचा गळा मंद्र, मध्य आणि तार सप्तकात लीलया फिरत असतो. काही गायक कलाकार तर अति मंद्र आणि अति तार सप्तकातही स्पर्श करून येतात. गायकाने मंद्र किंवा तार सप्तकात स्वर लांबवून ठेवला किंवा स्वराला नुसता स्पर्श जरी केला, तरी श्रोत्यांची वाहवा किंवा टाळ्या मिळाल्याचे दिसून येते. असे इतर सप्तकांत गाणे हे सौंदर्याचे लक्षण मानले जाते. परंतु काही गायक वाहवा मिळवण्याच्या हेतूने जबरदस्तीने या स्वरांपर्यंत पोहोचण्याचा प्रयत्न करताना दिसतात. असा आवाज चिरकलेला किंवा अनैसर्गिक ऐकू येतो. अशा वेळी मात्र सौंदर्यानुभूती येत नाही.

● **मींड, खटका, मुर्की, गमक :** एका स्वरावरून दुसऱ्या स्वरावर घसरत जाणे याला 'मींड' असे म्हणतात. भारतीय शास्त्रीय संगीत ही मींडयुक्त आणि आसयुक्त गायकी आहे. प्रत्येक स्वर हा मींडेतून लावला जातो. याव्यतिरिक्त खटका, मुर्की, गमक

यांसारख्या प्रकारांचा वापर केला जातो. मींडयुक्त गायकी ही अतिशय गोड वाटते. मींड घेतल्यामुळे ऐकणाऱ्याच्या मनात अत्यंत तरल भावना निर्माण होतात आणि म्हणूनच ती ऐकताना सौंदर्याचा अनुभव येतो. गमकेमुळे गायनाला धीरगंभीर स्वरूप प्राप्त होते, शिवाय गोलाई निर्माण होते. गमकेशिवाय शास्त्रीय संगीत अपूर्ण आहे. गाताना क्वचित वापरले जाणारे खटका, मुर्की हे गायनाचे सौंदर्य निश्चित वाढवतात. उपशास्त्रीय संगीतात त्यांचा विशेष वापर दिसतो. त्यांच्या वापरामुळे कलाकृती अधिक आकर्षक आणि रंजक होते.

● **ठहराव :** कलाकार स्वरांच्या वेगवेगळ्या आकृत्या तयार करत राग स्वरूप उभे करतो. या आकृत्या कलाकाराची प्रतिभा आणि तयारी दर्शवतात. त्यातून रागस्वरूप उलगडते. स्वराकृतीतून तर आनंद मिळतोच, पण नुसत्या एका स्वरावर केलेला ठहरावही मनाला भावतो. स्वर बराच वेळ लांबवला की श्रोत्यांच्या टाळ्यांमधून त्यांना आनंद झाल्याचे दिसून येते. त्यातून तो लांबवलेला स्वर जर षड्ज असेल, तर मग श्रोत्यांमध्ये विशेष प्रसन्नता दिसते. गायकाच्या दमसासाची तयारी या ठहरावामधून दिसून येते.

● **आवाजातले मॉड्युलेशन :** गायक संपूर्ण मैफिलीत आवाजाचे वेगवेगळे लगाव वापरत असतात. कधी आवाज बारीक असतो, तर कधी जाड. कधी थोडा अनुनासिक असतो, तर कधी खुला. कधी गोलाकार असतो, तर कधी भारदस्त. संगीतातील वेगवेगळे अलंकार अशा आवाजातल्या बदलामुळे अधिक सौंदर्यपूर्ण वाटतात. जसे दाणेदार तानांसाठी हलका आवाज वापरला जातो, तसे एखादा खटका किंवा बारीकशी मुर्की घ्यायला हलका आणि बारीक आवाज वापरला जातो. सुरात मिसळलेला षड्ज कधी खुला, तर कधी बारीक लावला जातो. कधी अनुस्वाराच्या साहाय्याने अनुनासिक आवाज वापरला जातो. या प्रकारचे आवाजातले भेद सौंदर्य निर्माण करतात आणि गायन अधिक परिणामकारक करतात.

● **सरगम :** स्वरनाम (सा, रे, ग, म, प, ध, नी) घेऊन गायन केल्यास त्याला 'सरगम' असे संबोधतात. चमत्कृतीपूर्ण सरगम किंवा अत्यंत जलद गतीत सरगम गायल्यास सौंदर्यानुभूती येते. अशी सरगम गायला अत्यंत कुशाग्र बुद्धी आणि जलद उच्चारणाचे कौशल्य महत्त्वाचे असते जे रसिकांना आकर्षून घेते.

● **ताना :** अत्यंत जलद गतीत स्वर म्हणणे म्हणजे 'ताना' घेणे. साधारणपणे बंदिशीच्या उत्तरार्धामध्ये ताना गायल्या जातात. गमकयुक्त ताना, दाणेदार ताना,

एका श्वासात मोठ्या, पल्लेदार ताना अशा अनेक प्रकारच्या ताना श्रोत्यांच्या पसंतीस पडतात. त्यामागची चमत्कृती आणि तयारी श्रोत्यांना आकृष्ट करते. संपूर्ण मैफिलीत तानांचे प्रमाण मोजकेच असले, तरी थोड्या अवधीत श्रोत्यांना सौंदर्यानुभूती येते.

● **लय :** रागगायन सुरू झाल्यापासून शेवटपर्यंत प्रस्तुतीकरणाची लय वाढत असते. संथ आलापांची लय पुढे वाढत जाते. बोलआलाप, सरगम, ताना इत्यादी म्हणत लय वाढत असते. विलंबित लयीत प्रस्तुतीकरण झालं, की मध्य किंवा द्रुत लयीतील बंदिश सुरू होते. यामध्ये तर लयीचा खूप फरक असतो. या सर्व वेगवेगळ्या लयींमध्ये सौंदर्य जाणवते. कमी लयीत स्थैर्य आणि शांती दिसते, मध्य लयीत तालाशी खेळत गायलेल्या बोलआलापांतून आणि सरगममधून लयीचा वेगळा पैलू जाणवतो आणि द्रुत लयीत चंचलता दिसते. वाढलेल्या लयीच्या बरोबरीने गाणे चालू असताना ऐकणाऱ्याचीही उत्तेजना वाढते. या सर्व वेगवेगळ्या लयींमधून वेगवेगळे भाव निर्माण होतात आणि सौंदर्यनिर्मिती होते.

● **तिहाई :** बंदिशीतला मुखडा किंवा तबला वादनातील एखादा तुकडा तीन वेळा वाजवून सम घेण्याच्या क्रियेला 'तिहाई' असे म्हणतात. मग तबल्यावर एखादा तुकडा तीन वेळा वाजवून सम घेणे असेल किंवा संवादिनीवर किंवा गायकाने बंदिशीचा मुखडा तीन वेळा वाजवून सम घेणे असेल, तिहाईमुळे सौंदर्यनिर्मिती होते. कलाकाराचे तालावरचे आणि लयीवरचे प्रभुत्व त्यातून दिसून येते. लय विलंबित असो वा द्रुत, तिहाई हा प्रकार कायमच श्रोत्यांच्या पसंतीस उतरताना दिसतो.

● **चमत्कृती :** आवाजाच्या किंवा वाद्य वादनाच्या तयारीतून चमत्कृती निर्माण केल्यास सौंदर्यानुभूती होते. भारदस्त किंवा अत्यंत बारीक लावलेला आवाज, गमकेचा वापर, पल्लेदार ताना, खूप वेळ टिकवून ठेवलेला स्वर, वेगवेगळ्या सप्तकांत घेतलेले स्वर, वाद्यातून काढलेले वेगवेगळे आवाज, वाद्य छेडण्याची वेगळी पद्धत वगैरेंमुळे चमत्कृती निर्माण होते. अशा सादरीकरणातून रसिकांना एखादा विशेष पैलू उलगडून दाखवण्याचा हेतू असतो. त्याला gimmick असे म्हणतात. बऱ्याच वेळा श्रोत्यांची 'वाहवा' मिळवण्यासाठी अशा चमत्कृती निर्माण केल्या जातात. याच कारणामुळे बुजुर्ग कलाकार अशा चमत्कृतीला फारसे श्रेय देत नाहीत.

● **सवाल–जवाब :** सादरीकरणात, विशेषत: वाद्यवादनात कधीतरी सवाल–जवाबसारखे प्रकार दिसून येतात. एका कलाकाराने आपल्या गळ्यातून अथवा वाद्यातून एक स्वरवाक्य काढले, की त्याला साजेसे स्वरवाक्य दुसऱ्या कलाकाराने पाठोपाठ

ऐकवायचे. या सवाल–जवाबामध्ये ही स्वरवाक्ये छोटी करत, अनेक आवर्तनांनंतर शेवटी एकत्र येत समेचा परमोच्च बिंदू गाठला जातो. त्या दरम्यान दोन कलाकारांनी एकत्र घेतलेले विराम, त्यांची विचारांची देवाणघेवाण, त्यांची प्रतिभा, त्यांच्यातील ट्युनिंग, त्यांच्यातील खेळीमेळीची चुरस आणि नजरेच्या माध्यमातून एकमेकांना दिलेला प्रतिसाद या सर्वांमुळे अशा सवाल–जवाबाला रसिकांची विशेष पसंती मिळते.

● **रस निष्पत्ति :** रागगायनातून रसनिष्पत्ती होत असते याचा अभ्यास आपण आधी केला. एखादा राग ऐकून शांत वाटते, तर एखाद्या रागाने अस्वस्थ वाटते. एखादा राग प्रसन्न वातावरण निर्माण करतो, तर एखादा राग ऐकून उत्तेजना निर्माण होते. अशा प्रकारची रसनिष्पत्ती हे सौंदर्याचेच लक्षण आहे. भावना कुठलीही असली, तरी मैफल ऐकून मन प्रसन्न होते, शांत वाटते आणि थोड्या वेळासाठी का असेना, सर्व वेदनांचा आणि दुःखांचा विसर पडतो.

● **स्वरसाथ :** मुख्य गायकाच्या मागे बसून तानपुरा छेडत जो गायकाच्या स्वरात स्वर मिसळत असतो, या क्रियेला स्वरसाथ करणे असे म्हणतात. साधारणपणे मुख्य कलाकाराचे शिष्य अशी स्वरसाथ करत असतात. एखादे आवर्तन भरणे, गायकाबरोबर मुखडा म्हणणे किंवा स्वर लांबवणे अशा प्रकारची ही स्वरसाथ असते. गायकाच्या मागे बसून एखाद्या शिष्याने छान षड्ज सुरात मिसळला किंवा आकर्षकरीत्या सम घेतली, की सौंदर्यानुभूती होते. श्रोत्यांकडून हमखास शिष्याला प्रोत्साहनपर टाळ्या मिळालेल्या दिसतात. मुख्य गायकाच्या सतत ऐकू येणाऱ्या आवाजानंतर शिष्याचा आवाजामुळे, गायनातला एकसुरीपणा निघून जातो. म्हणून अशी साथ मैफिलीचे सौंदर्य वाढवते. शिवाय गायनाची परंपरा पुढच्या पिढीत योग्यरीत्या पोहोचते आहे याचे कौतुकही श्रोत्यांना वाटते.

● **संवादिनीची संगत :** संवादिनीवर एखादे आवर्तन भरल्यास मैफिलीत सौंदर्यानुभूती होत असते. सारंगीच्या तुलनेत संवादिनीचा ध्वनी गायकाच्या आवाजाला contrast असा असतो, त्यामुळे कानाला सुखद वाटतो. संवादिनीची साथही गायकाला पूरक अशी असते. गायकाचे विचार पुढे नेण्याचे काम संवादिनी वादक करत असतो. या विचारांमधली देवाणघेवाण सौंदर्यपूर्ण असते. कधीतरी संवादिनी वादक गायकाला अनुसरत असतो. तोच विचार आपल्या वाद्यामधून परत एकदा श्रोत्यांसमोर ठेवत असतो. अशा वेळी पुनरावृत्तीचाही आनंद श्रोत्यांना मिळतो.

● **तबल्याची संगत :** मुख्य कलाकाराच्या सादरीकरणाला पूरक अशी तबल्याची संगत

असते. अशा संगतकारांमुळे संपूर्ण मैफिलीचे सौंदर्यमूल्य वाढत असते. याव्यतिरिक्त संधी मिळेल तेव्हा आवर्तन सौंदर्यपूर्ण भरणे हीदेखील महत्त्वाची जबाबदारी संगतकारांवर असते. सौंदर्यपूर्ण आणि आकर्षक उठाण वाजवून तिहाई घेत सम गाठल्यावर कायमच श्रोत्यांना सौंदर्यानुभूती होताना दिसते. टाळ्यांच्या कडकडाटातून श्रोत्यांना झालेला आनंद कलाकारांपर्यंत पोहोचतो.

● **स्वरमंडल :** मैफिलीत स्वरमंडलाचा वापर कसा, किती केला जातो आणि त्यामुळे मैफल कशी अधिक सौंदर्यपूर्ण वाटते हा मुद्दा तर आहेच; पण त्याव्यतिरिक्त स्वरमंडल घेऊन गायला बसलेला कलाकार अतिशय भारदस्त आणि सुंदर दिसतो. रागाची बढत करताना स्वरमंडलावर वाजणारे रागातील स्वर अतिशय आल्हाददायक वातावरण तयार करतात. स्वरांचा भरणा त्यातून मिळतो आणि वातावरण अधिक उल्हसित होते. याच कारणामुळे अनेक गायक मंडळी आज स्वरमंडल घेऊन गायला बसणे पसंत करतात.

● **आभासी वातावरण :** संगीतात इतकी ताकद असते की रागाच्या वेळेला अनुसरून ठरावीक राग गायल्यास त्या वेळेचा आभास निर्माण होतो. उदाहरणार्थ, सकाळच्या वेळेत तोडी रागाचे प्रकार ऐकले, की हमखास क्षितिजावर सूर्योदय झालेला आहे, गोप आपल्या गाय वासरांना घेऊन वनाकडे निघाले आहेत, गायींच्या आणि वासरांच्या गळ्यांतील घुंगरांचा नाद वातावरणात भरून राहिला आहे असा आभास निर्माण होतो. सादरीकरणातून असा आभास श्रोत्यांच्या मनात निर्माण करणे हे कलाकारांचे कौशल्य आणि स्वरांची किमया असते आणि हे सौंदर्यानुभूतीचेच लक्षण आहे.

● **एकत्रित सादरीकरण :** मैफल यशस्वी होणे हे सर्व कलाकार एकमेकांना पूरक असल्याचे लक्षण आहे. मैफिलीचे यश हे गायक कलाकार आणि साथीदार यांच्या एकत्रित सादरकरणामुळे असते. केवळ मुख्य कलाकार उत्तम आहे म्हणून मैफल यशस्वी होतेच असे नाही. त्या सर्वांचे परस्परांमधील ट्युनिंग (team effort) मैफल जिवंत करते. त्यांच्यामधील देवाणघेवाण, एकमेकांना दिलेली किंवा स्वीकारलेली दाद, त्यांचे एकमेकांशी असलेले सांगीतिक नाते हे सर्व मैफिलीमध्ये अनुभवण्यासारखे असते. त्याच मैफिलीचे रेकॉर्डिंग घरी ऐकताना हा आनंद मिळत नाही. याच जिवंतपणामुळे मैफल रंगते आणि त्यातून सौंदर्यानुभूती निर्माण होते.

● **जुगलबंदी :** दोन कलाकारांच्या एकत्रित सादरीकरणाला 'जुगलबंदी' असे म्हणतात. ही जुगलबंदी दोन गायकांमध्ये असू शकते, जसे पं.भीमसेन जोशी आणि

पं. बालमुरलीकृष्ण किंवा कधी दोन वादकांमध्ये, उदाहरणार्थ, बासरी आणि सारंगी. एक गायक आणि एक वादक कलाकारामध्येदेखील जुगलबंदी केली जाते. अशा वेळी त्यांच्यातील खेळीमेळीची चुरस, सवाल-जवाब, एकत्रित सादरीकरण आणि वादन सर्वांमधून सौंदर्यानुभूती होत असते. दोन कलाकारांचे वेगळे आवाज, त्यांचे सांगीतिक विचार एकत्र ऐकणे हेदेखील सौंदर्य निर्माण करत असते.

● **दृश्य स्वरूप :** या सर्व सांगीतिक घटकांव्यतिरिक्त आजकालच्या मैफिलींच्या दृश्य स्वरूपालाही महत्त्व प्राप्त झालेले आहे. फुलांनी सजलेला रंगमंच, जागोजागी ठेवलेली फुलझाडे, आकर्षक सजावट, प्रदर्शनीय व्यवस्था, सुंदर वेशभूषा परिधान केलेले कलाकार या सर्व गोष्टींमुळे मैफिलीच्या आधीच प्रसन्न वातावरणाची निर्मिती होऊन या प्रत्येक घटकामुळे सौंदर्यनिर्मिती होते. हे सर्व नसले तरी मैफल यशस्वी होतेच; पण या सर्व गोष्टी असल्यास अधिक प्रसन्न वाटते एवढे नक्की.

सौंदर्यशास्त्र ही एक स्वतंत्र आणि व्यापक अभ्यासशाखा आहे. मनुष्याच्या सौंदर्यविषयक अनुभूतीचा पद्धतशीर अभ्यास म्हणजे सौंदर्यशास्त्र. हे शास्त्र लोकप्रिय असले, तरी त्याचा अभ्यास ही एक कठीण प्रक्रिया आहे; कारण सौंदर्याची कल्पना ही प्रत्येक व्यक्तीनुसार बदल असते. सौंदर्याचे स्वरूप मानसिक आहे. प्रत्येक माणसाकडे सौंदर्यदृष्टी कमीअधिक असते, परंतु पाहणाऱ्याच्या दृष्टीनुसार सौंदर्याचे निकष बदलत असतात.

वर उल्लेखलेले सर्व घटक मैफिलीत सौंदर्य निर्माण करतात. हे सौंदर्य अनुभवायला त्याचा अभ्यास करावा लागतो असे नाही, कारण सौंदर्य ही मानवी जाणीव अथवा भावना आहे. सौंदर्य हा वस्तूचा गुण नसून अनुभूती आहे. संगीतकलेचा आस्वाद कसा घ्यायचा यासाठी आपण मैफिलीतल्या सौंदर्यस्थळांचा आढावा घेत आहोत. आत्तापर्यंत ऐकलेल्या मैफिलींचा आढावा घेतल्यास वरील सर्व घटकांमधून आनंदनिर्मिती झालेली दिसून आलेली आहे. या पुढच्या मैफिलींमधून रसिकांनी या सर्व सौंदर्यस्थळांचा अनुभव घेऊन पाहावा.

नवनिर्मिती

प्रत्यक्ष मैफिलीमध्ये अनेक नवीन सौंदर्यस्थळे आनंद देऊन जातात. या अनुभूतीला अंत नाही, आणि म्हणूनच सर्व सौंदर्यस्थळांचा उल्लेख शक्य नाही. प्रतिभावंत कलाकाराला सतत नवनवीन सौंदर्याचा अनुभव येत असतो आणि त्यातून नवनिर्मिती होत राहते. कलेसह प्रत्येक क्षेत्रामध्ये सतत नवनिर्मिती चालू असते. नवनवीन प्रयोग केले जातात. काही यशस्वी होतात, तर काही पूर्णपणे फसतात. आहे त्या परिस्थितीमधला एकसुरीपणा घालवणे आणि जाणवत असलेल्या अपुरेपणात ठरावीक पद्धतीने बदल घडवून आणणे हा या नवनिर्मितीचा उद्देश असतो. पण हा बदल घडवणे सर्वसामान्य माणसाचे काम नव्हे. जुन्याला सोने मानून, आहे त्यालाच चिकटून बसणे, अशी काही जणांची प्रवृत्ती असते. नवीन गोष्टी त्यांना फारशा रुचत नाहीत, कुणी केल्या तर पटतही नाहीत आणि त्यांचा स्वीकारही पटकन केला जात नाही. बदल घडवून आणण्यासाठी असामान्य बुद्धी आणि प्रतिभा गरजेची असते. संगीतकलेतही तसेच दिसून येते. थोडक्यात, कलेच्या आहे त्या स्वरूपात बदल करावासा वाटला, आहे ते स्वरूप अपूर्ण वाटले, त्यात नावीन्याची गरज भासली, की नवनिर्मिती होते.

मानवी मन मुळातच नावीन्याच्या शोधात असते, गतिशील असते. संगीतातही काळानुरूप असे अनेक बदल झालेले आहेत. अगदी सामगायनापासून आजच्या शास्त्रीय संगीताच्या स्वरूपापर्यंत अनेक बदलाचे टप्पे दिसतात. जे बदल पटतात, रुचतात, ते काळाच्या ओघात टिकून राहतात; पण काही बदलांना विरोध पत्करावा लागतो. त्यांवर टीका होते आणि परिणामी ते रुजत नाहीत. बहुतांश प्रत्येक नवनिर्मितीला शंका, विरोध, टीका या सर्व गोष्टींना सामोरे जावे लागते. त्यातून जे तग धरते तेच टिकते आणि पुढे येते. "Survival of the fittest' हा डार्विनचा सिद्धान्त इथेही तंतोतंत लागू पडतो. असे बदल केवळ नवीन म्हणून तग धरत नाहीत, तर ते जुन्यापेक्षा जास्त चांगले असतात. तथापि, कोणतीही नवीन गोष्ट प्रस्थापित होण्यासाठी ठरावीक कालावधी जावा लागतो.

गेल्या अनेक शतकांमध्ये ख्यालगायन लोकप्रिय होत गेले. त्या त्या काळातल्या प्रवर्तकांनी अनेक प्रयोग केले, नवनवीन सौंदर्याची भर टाकली. कुणी बंदिशी रचल्या, तर कुणी वैचित्र्यपूर्ण आलापींची भर घातली. कुणी गुंजनात्मक आवाज घडवला, तर कुणी अति जलद आणि अवघड सरगमची जोड लावली. कुणी मधुर, मींडयुक्त, गोलाकार गायकीने सौंदर्य वाढवले, तर कुणी नवीन रागांची भर घातली. नवनवीन भर घातल्याने ख्यालगायकीत नवचैतन्य निर्माण होण्यास मदतच झाली. प्रवाहीपणा हा कोणत्याही कलेच्या जिवंतपणाचे लक्षण आहे.

असे बदल जेव्हा रुजले, तेव्हा गुरूंनी घराण्याच्या परंपरेनुसार आपल्या शिष्यांकडे सुपूर्द केले. परंतु प्रत्येक पिढीगणिक नावीन्याचा ध्यास वाढतच जातो. आपले वेगळेपण सिद्ध करण्यात, घराण्यांच्या बंधनात अडकून न राहता अन्य घराण्याचीही गायकी आत्मसात केली. नावीन्याच्या आणि वैचित्र्याच्या शोधात गाणे बदलत गेले. अशी विद्या आत्मसात करण्यामागे, आपले गाणे एकाच ढंगाचे नसून बहुआयामी, चतुरस्त्र आणि बहुढंगी असावे हा उद्देश होता. या परिवर्तनामुळेच संगीत अधिकाधिक समृद्ध बनत गेले. या नव्या विचारांबरोबर पारंपरिक विचार आणि परंपरांचाही योग्य तो आदरसन्मान केला गेला. अर्थात हा बदल आमूलाग्र असा नव्हता; कारण कुठलीही गोष्ट मूलतत्त्वापासून दूर गेली, की त्यातला अस्सलपणा नाहीसा होतो. तसा तो झाला नाही. उदाहरणार्थ, एक प्रयोग म्हणून मधल्या काळात इंग्रजी भाषेत एक बंदिश रचली गेली. नाविन्यपूर्ण आणि वैचित्र्यपूर्ण म्हणून त्याचे कौतुकही झाले; पण तरी तो बदल आमूलाग्र होता. बंदिश या संकल्पनेच्या मूलतत्त्वापासून खूप लांब नेणारा होता, म्हणून तो बदल रुजला नाही.

नवनिर्मिती करण्यासाठी कलाकार बुद्धिमान तर असावा लागतोच, पण त्या व्यतिरिक्त तो प्रतिभावान, सर्जनशील आणि सौंदर्यदृष्टी असणारा असावा लागतो. याच बरोबर तो प्रयोगशीलही असावा लागतो. पारंपरिक विचारांचा अभ्यास करत नवीन विचार प्रस्तुत करण्याची जिद्द, चिकाटी आणि धाडस अंगी असावे लागते. घराणेदार किंवा पारंपरिक ज्या काही बंदिशींची निर्मिती बुजुर्ग कलाकारांकडून आजवर झाली, त्या सर्व बंदिशी परिपूर्ण आहेतच, तरीसुद्धा बंदिशींची नवनिर्मिती होत आलेली आहे. 'पूर्वीच्या बंदिशकारांनी इतक्या परिपूर्ण बंदिशी रचलेल्या असताना, नवीन बंदिशींची गरज काय' असा प्रश्न अनेक संगीततज्ज्ञांना पडलेला दिसून येतो. याचे एक उत्तर असे की, कलाकाराची प्रतिभा किंवा ऊर्मी त्याला शांत बसू देत नाही. अनेक वर्षे संगीतातील अभ्यास, चिंतन, रियाज यांमुळे विचारांमध्ये प्रगल्भता आलेली असते, जी नवनिर्मितीतून प्रकट होते. शिवाय काळानुरूप गायनामध्ये जे बदल होत आले आहेत, त्याला साजेशा बंदिशी आणि गायकी असणे ही काळाची गरज आहे.

अलीकडच्या काळात अनेक गायक कार्यक्रमांच्या माध्यमातून स्वरचित बंदिशी गातात आणि शिष्यांनाही शिकवताना दिसतात. त्यामुळे नवीन रचनांना लोकप्रियता मिळू लागली आहे. अनेक कलाकारांच्या बंदिशी पुस्तकाच्या स्वरूपात प्रकाशित होताना दिसतात. त्याबरोबरच्या ध्वनीफितींतून बंदिशी ऐकताही येतात. विद्यार्थी आणि गायक कलाकारांना नवीन बंदिशींचा संग्रह करता येतो आणि नवनिर्मिती अनेक रसिकांपर्यंत पोहोचते. एकूणच या नवरचित बंदिशींना चांगला प्रतिसाद मिळताना दिसतो.

संगीत ही प्रयोगशील कला आहे. कोणतीही कला तेव्हाच वृद्धिंगत होते, जेव्हा त्यात अनेक कलाकारांकडून सातत्याने भर पडत राहते. या योगदानामुळे आपल्या शास्त्रीय संगीताच्या समृद्धतेत नक्कीच भरच पडली आहे आणि पुढेही पडत राहील.

आज पारंपरिक चौकटीत राहूनही नव्या रागांची निर्मिती होत आहे, नवीन बंदिशी बांधल्या जात आहेत. त्यात वेगळा स्वरविचार, लयांग आणि वेगवेगळे काव्यविषय दिसतात. मात्र ही नवनिर्मिती मोठ्या प्रमाणात श्रोत्यांपुढे मांडण्याची संधी मिळतेच असे नाही. श्रोत्यांना काय आवडेल, काय पसंत पडेल, काय सादर केल्याने दाद मिळेल हे ध्यानात ठेवून मैफिलीची रूपरेषा ठरते. या कारणामुळे नवनिर्मिती फार लोकांपर्यंत पोहोचत नाही. हे नवोन्मेष मांडण्यासाठी योग्य अशी व्यासपीठे उपलब्ध नाहीत. शिवाय बरेचसे कलाकारही नवनिर्मितीवर कष्ट घेऊन श्रोत्यांपुढे मांडण्यापेक्षा पूर्वसूरींची नक्कल करून चटकन प्रसिद्धी मिळवण्याची धडपड करताना दिसतात. बरेचसे ज्येष्ठ कलाकारही आपला तोच तो 'हमखास यशस्वी' फॉर्म्युला उगाळून टाळ्या मिळवण्यात गुंतलेले दिसतात. अशा परिस्थितीत नव्याचे स्वागत होऊन ते रुजणार कसे? आज रसिकांच्या मनात मुरलेले संगीत एके काळी नवीन होते. त्याचे स्वागत झाले, कौतुक झाले म्हणूनच आज ते रुजले आहे. त्याला 'पारंपरिक' म्हणून मानाचे स्थान आहे. तेच तेच ऐकून श्रोत्यांची अभिरुची वाढणार कशी? मैफिलीत नवीन काहीतरी ऐकवणे ही जबाबदारी जशी कलाकाराची आहे, तसेच नवीन काही तरी ऐकून घ्यायची जबाबदारी श्रोत्यांचीदेखील आहे. कालिदासाने १५०० वर्षांपूर्वी श्लोकात लिहून ठेवले आहे, 'जे जुने आहे ते सदासर्वकाळ चांगलेच आहे; पण त्यात नवीन काही असू नये ही कल्पनाच मुळात चुकीची आहे.'

आधुनिक विज्ञानामुळे जग जवळ आले आहे. कला, संस्कृती, आचारविचार यांची देवाणघेवाण सहज, सुलभ झाली आहे. संगीतक्षेत्रही याला अपवाद राहिले नाही. नवीन पिढी पाश्चात्य संगीताच्या प्रभावाखाली असूनही कित्येक तरुण कलाकार रागसंगीताच्या क्षेत्राकडे वळत आहेत. मागील शतकातील कलाकारांपेक्षा वेगळा श्रवणसंस्कार तरुण पिढीवर झालेला आहे. मग हे नव्या पिढीतले कलाकार पाश्चिमात्य

संगीताच्या पार्श्वभूमीवर पारंपरिक चौकटीच्या पलीकडे जाण्याचा प्रयत्न करतील किंवा पारंपरिक संगीताकडे एका वेगळ्या दृष्टीने बघतील, तर नवल काय! जुनेच राग, बंदिशी आणि शैली त्यांनी अनुसरली, तरी त्यांचा घाट, आशय आणि प्रस्तुतीतील ऊर्जा नवी असेल. पु.ल. देशपांडे एकदा म्हणाले होते, 'संगीताचे जग सात स्वरांनी बनते. जोपर्यंत आठवा स्वर निर्माण होत नाही, तोवर नवीन असे काहीच घडू शकत नाही. म्हणूनच पूर्वीच्या लोकांनी जे करून ठेवले आहे, त्याचीच आजच्या संदर्भात नव्याने मांडणी करणे एवढेच आपल्या हातात असते.'

'फ्युजन'सारख्या माध्यमातून कलाकार नवीन संगीतप्रकार, नवीन वाद्ये, सादरीकरणाची नवीन पद्धती चोखाळत आहेत. 'फ्युजन म्हणजे गोंधळ, नुसत्या ऱ्हिदमचा अतिरेक किंवा कलाकृतीचा खालावलेला दर्जा' असा पूर्वग्रह मनात ठेवून कुठलीही कलाकृती ऐकल्यास ती पसंतीस उतरणे अवघडच आहे. फ्युजनच्या कारणाने का असेना; पण नवीन पिढी जर का रागसंगीताकडे आकृष्ट होत असेल, तर त्याला गैर म्हणण्यासारखे काही नाही. रागसंगीताच्या जोडीला पाश्चात्य संस्कृतीतील वाद्ये, संकल्पना यांचा मेळ घालून नवीन संगीत बनवले जात आहे. ते बदल चांगले आहेत का? यशस्वी होतील का? यासाठी आधी ते ऐकणे गरजेचे आहे. हे प्रयोग आज नवथर आहेत. त्यांत पक्केपणा, अनुभवसिद्धता नाही हे खरे; पण जर प्रयत्न प्रामाणिक असेल, तर त्याला जुन्या कलाकारांनीही स्वच्छ मनाने सामोरे जायला हवे. केवळ नाके मुरडून चालणार नाही. तरुण कलाकारांनी केलेले प्रयत्न हे बुजुर्ग कलाकारांच्या पाठबळाने झाले, तर त्यातून नवीन, पण दर्जेदार निर्मिती होऊ शकते हेही ध्यानात ठेवायला हवे. कुठली नवीन गोष्ट पुनरावृत्तीने, सवयीने आवडते. ती तेवढ्या वेळा आधी अनुभवायला तर हवी. शब्द आणि चाल नसलेली गाणीसुद्धा कानावर पडून आवडू लागतात.

नव्या युगाची नांदी गाणारी ही नवता म्हणजे एखादी बेलगाम किंवा स्वैर प्रतिभा नसते. स्वत:चे वेगळेपण सिद्ध करण्याचा अनाठायी हट्टही नसतो. तसा आभास क्वचित प्रसंगी निर्माण होऊ शकतो; परंतु ती असते अंत:प्रेरणा. मानवाच्या स्वभावाप्रमाणे त्याच्या प्रवृत्तीतून नाविन्याच्या तहानेपोटी नवनिर्मिती होत असते. ती शतकानुशतके सुरूच आहे आणि मनुष्य पृथ्वीतलावर असेपर्यंत अखंड चालूच राहील. संगीतात कधीही मूल्यात्मक बदल होत नसतात. आपण परंपरेचे पालन करतो, परंतु आता त्यात नवता डोकावते

आहे. नवतेलाही परंपरा चिकटली नाही, तर ती उठून दिसणार नाही. अर्थात नवीन म्हणून केलेली गोष्ट आधी मांडली गेली आहे का याचाही अभ्यास हवा. विख्यात संगीततज्ज्ञ डॉ. अशोक दा. रानडे यांचे विधान आवर्जून विचार करण्यासारखे आहे. ते म्हणत असत, 'भारतीय संगीत परंपरा इतकी व्यापक, बहुरंगी आणि समृद्ध आहे, की कुणी 'मी अमुक एक गोष्ट नवी केली' असे म्हणणेदेखील धाडसाचे ठरेल. ती गोष्ट तुमच्याआधी कुणीतरी केली असेल आणि कदाचित अधिक चांगल्या रीतीने केली असू शकेल. नवे काही करायचे असेल, तर त्यासाठी आधी परंपरेचा अभ्यास नीटच करायला हवा!'

कलाकाराची सर्जनशीलता

मनुष्याला निसर्गाकडून बुद्धीचे वरदान मिळालेले आहे. बुद्धीचा आणि मानवी मेंदूचा निकटचा संबंध आहे. मेंदूमध्ये डावा आणि उजवा असे दोन भाग असतात. चित्रकार, गायक, लेखक, कवी वगैरेंसारखे कलाकार उजव्या मेंदूचा अधिक वापर करत असतात. याचमुळे कलाकारांना सतत काही तरी नवीन करण्याची कायम ऊर्मी येत असते. मेंदूमध्ये कायमच विचारचक्र चालू असतात, कल्पना सुचत असतात. व्यक्ती जरी शांत बसलेली दिसत असली, तरी डोक्यात विचारांची मालिका चालू असते. एखादा नवीन सकारात्मक विचार सुचणे यालाच 'सर्जनशीलता' असे म्हणतात. स्वत:च्या बुद्धीचा, विचारांचा, अनुभवाचा, स्मृतींचा आणि आंतरिक स्फूर्तीचा वापर करून कल्पनाशक्तीच्या जोरावर स्वनिर्मिती होत असते. आलेली कल्पना कशी प्रयोगात आणली जाते, यावरून प्रत्येक कलाकाराची सर्जनशीलता ठरते. ही एक नैसर्गिक देणगी आहे आणि कलाकाराच्या कलेमधून ती दिसून येते. सर्जनशीलतेत मन, बुद्धी आणि सर्व इंद्रिये जेव्हा एकाग्र होतात, तेव्हा मनासारखी निर्मिती होते. ही ऊर्मी कधी, कुठे, कशामुळे, केव्हा स्फुरेल हे सांगणे अवघड आहे. म्हणूनच कधी झोपेत, तर कधी दैनंदिन व्यवहार करताना, कधी कामात असताना, तर कधी एखादी कलाकृती बघून नवीन रचना झाल्याचे दिसून येते. या सर्जनाच्या आनंदाची तुलना मात्र दुसऱ्या कुठल्याच आनंदाशी करता येत नाही.

जीवनात सर्जनशीलता आपल्या प्रत्येक कार्यावर परिणाम करते आणि एक नवीन आकार देते. शास्त्रीय संगीत हे तर कल्पनाविस्ताराने खुलत जाणारे आहे. त्यामुळे यामध्ये सर्जनशीलतेला अधिक वाव आणि महत्त्व आहे. या व्यतिरिक्त प्रत्येक कलाकार आपापल्या प्रतिभेने नवीन रचना करून सांगीतिक भर घालत असतो. ही आंतरिक स्फूर्ती असल्यामुळे, 'आज अमुक एक गोष्ट नवीन करायची' असे म्हणून, प्रत्येक वेळी नवीन मनासारखे काही घडतेच असे नाही. म्हणूनच, ज्या वेळी ही सर्जनशीलता सक्रिय असते किंवा प्रतिभा काही तरी नवीन खुणावते आहे अशी शंका येते, त्याच वेळी त्याला

मूर्त रूप देणे महत्त्वाचे असते. सर्जनशीलता म्हणजे मनमानी नव्हे. जीवनात नवीन विचार आणि निर्मिती करण्यासाठी एकाग्रता महत्त्वाची ठरते. मनाच्या शक्तीवर विश्वास ठेवल्यास नियुक्त केलेले कार्य सिद्ध होण्यास मदत होते. विचार, चिंतन, कठोर परिश्रम यांमुळे विचारांमध्ये परिपक्वता येते. परिणामी, सांगीतिक व्यक्तिमत्त्वात आश्चर्यकारक सुधारणा घडत राहते.

कलाकाराच्या आयुष्यातील ही सर्जनशीलता जेव्हा सक्रिय असते, तेव्हा अनेक नवीन गोष्टी सुचत राहतात. आज इंटरनेटच्या अतिवापरामुळे तर प्रत्येकाच्या आयुष्यातील सर्जनशीलता कमी झालेली जाणवते. तरीसुद्धा निसर्गातील किंवा दैनंदिन जीवनातील एखादी छोटीशी गोष्ट कलाकाराला प्रेरणा देऊन जाते. मन प्रफुल्लित होते आणि नवनिर्मिती होते. या प्रतिभेमुळे कलाकाराला खूप सकारात्मकता मिळते, नवीन ऊर्जा मिळते. नवीन काही करण्याची झिंग येते. पण प्रतिभेच्या आणि सर्जनशीलतेच्या दृष्टीने कलाकाराचे सर्वच दिवस सारखे नसतात. प्रत्येक कलाकाराच्या आयुष्यात असा एक काळ येतो, जेव्हा ही सर्जनशीलता जवळजवळ नाहीशी होते. काही नवीन सुचेनासे होते. संगीतकाराला चाल सुचत नाही, लेखकाला विषय सुचत नाही, चित्रकाराकडून नवीन चित्राकृती उमटत नाही आणि कवीला काव्य स्फुरत नाही. अर्थात, थोडा काळ सरला, की हा नको असलेला टप्पा पार पडतो आणि गाडी पूर्वपदावर येते. हा बदल अचानक होत नाही. एखाद्या थंड हवेच्या ठिकाणी, थंडीच्या दिवसांत हळूहळू नदी गोठत जावी, तसे सगळे नकळत घडत जाते. वरकरणी पाहता आधी सगळे नेहमीसारखेच असते. थंडी हळूहळू वाढायला लागते, तसे पाण्यात तरंग कमी उठायला लागतात. सुरुवातीला हे कळतदेखील नाही. हा फरक जाणवेपर्यंत काही काळ जातो. तरीसुद्धा सर्जनशीलतेचे तरंग उठतील अशी आशा असते. थंडी वाढायला लागते आणि नदी पूर्णपणे गोठते. ही स्थिरता जीवघेणी असते. हा काळ कलाकाराकरिता कठीण असू शकतो. आपल्यातील कलाकार आता परत भेटेल का? सगळे पूर्ववत होईल का? अशा शंका घेरून टाकतात. या अनुभवाची सवय असेल, तर स्वत:बद्दलची शंका कमी होते. हळूहळू या स्तब्धतेची आणि काही न सुचण्याच्या काळाचीही सवय होते. कलाकाराला त्रास होतो तो आजूबाजूच्या बोचऱ्या नजरांचा, 'या कलाकाराची प्रतिभा आता कायमची गेली' असं वाटणाऱ्या लोकांचा. कलाकाराबद्दलची कीव,

काळजी इतरांच्या नजरेतून स्पष्ट दिसत असते. अशा वेळी कुणाचा सहवास, कुणाचे सल्ले, कुणाची सहानुभूती, कुणाचे प्रेम नकोसे होते. त्यावर चर्चा नको वाटते. अशा या परिस्थितीत नवीन काही करण्याचा मोह होत असतो, पण प्रतिभा साथ देत नाही. नवीन सुचतही नाही आणि सुचले तरी त्यात पुनरावृत्तीचा गंध असतो. पण अशा वेळी चिकाटीने कलेची साधना करत राहण्याला जास्त महत्त्व असते. परिस्थितीला खंबीरपणे तोंड देणे महत्त्वाचे असते; कारण आहे त्या परिस्थितीचा स्वीकार करणे, एवढेच कलाकाराच्या हातात असते. कात टाकल्यानंतरच पुन्हा नव्याने जन्म होतो आणि प्रतिभा कलाकाराला नव्याने आपलेसे करते.

निसर्गात पानगळ येते, तशी पालवीही येणारच असते. तसेच हा काळही सरणार असतो. पानगळ म्हणजे निसर्गाचा अंत नाही. तो एक टप्पा असतो, जो सरणार असतो. याचे स्मरण राहिल्यास हा काळ सहज संपतो. या काळात स्वत:वर विश्वास ठेवणे फक्त महत्त्वाचे असते. नवी उमेद घेऊन पूर्वीची प्रतिभा परत एकदा दार ठोठावते. परत एकदा नवीन काहीतरी स्फुरते. नवीन कल्पना नवीन दारे उघडते आणि कला जिवंत असल्याची ग्वाही देते.

सामान्य माणूस वजा कलाकार

शी!! केवढा माज... दारू पितो म्हणे खूप... दुसरं लग्न...? कित्ती साधा होता आधी, आता बघा... त्याचे फार मूड सांभाळायला लागतात म्हणे... एवढं मानधन देतंच कोण त्याला...? असंच करतात ही कलाकार मंडळी... एक ना दोन, हजारो भानगडी... जाऊ दे बाई... आपल्याला काय करायचयं...!

अशा अगणित कमेंट्स अनेक लोक सहजपणे कलाकारांवर पास करताना दिसतात. त्यांच्या कलेमुळे ही कलाकार मंडळी इतकी जवळची वाटतात, की नकळत त्यांच्या खासगी आयुष्यात सहज डोकावले जाते. कलाकाराबद्दलचे इकडून तिकडून उडत उडत आलेल्या गॉसिप इतर लोकांच्या आयुष्यात केवढ्या तरी महत्त्वाच्या असतात. एक कलाकार म्हणून त्याचा श्रोत्यांबरोबरचा परिचय सोडल्यास, बाकी कुठलीही ओळख नसताना त्याच्या खासगी आयुष्यात किती पटकन डोकावले जाते. एक श्रोता म्हणून, त्याच्या कलेबद्दल थोडे फार बोलणे एक वेळ मान्य होईल; पण त्याव्यतिरिक्त त्याच्या वैयक्तिक आयुष्याबद्दल बोलणे खरे म्हणजे गैरच! कलाकार असला तरी माणूस असतो तो. त्यालाही सर्वसामान्य लोकांचे सगळे नियम लागू असतात!

सतत लोकांसमोर हसतमुख राहणे, त्यांच्याशी बोलणे, त्यांचे म्हणणे ऐकणे, फोटो काढणे, सह्या देणे... कधीतरी नको वाटत असेल त्याला. हजारो लोक रोज भेटत असतील, सारखे फोन करत असतील, कधीतरी कंटाळा येत असेल. शेवटी कधीतरी स्वत:साठी जगावेसे वाटत असेल की त्यालासुद्धा! कलाकारालाही भावना असतात, आवडीनिवडी असतात, छंद असतात, मूड असतात. फक्त तो सतत प्रसिद्धीच्या झोतामध्ये असतो, म्हणून त्याचे वागणे श्रोत्यांसमोर सहज येते आणि ते थोडेफार चुकीचे असले, तरी जरा जास्तच खटकते इतरांना.

सर्वसामान्यपणे एखाद्याने दुसरे लग्न केले, तर चालवून घेतात सगळे. मद्यपान केले तर चालते सगळ्यांना. पण कलाकारांनी कधीतरी थोडी बंधने झुगारली, तर मात्र नाही चालत. बाकी सगळे मनात येईल ते करून मोकळे होतात आणि कलाकाराला मात्र

मनाप्रमाणे वागण्याची मुभा नसते. कलाकार जेव्हा रंगमंचावरून खाली उतरतो, तेव्हा तोही एक सामान्य माणूसच असतो हे श्रोत्यांनीही लक्षात घ्यायला हवे.

अर्थात कलाकाराने सामाजिक भान ठेवणे आवश्यक आहे. त्याला पर्याय नाही. किंबहुना, हे कुठलेही आनंद उपभोगताना त्याने स्वत:ची इमेज सांभाळणे इष्ट होऊन बसते. कारण त्याला मानणारा समाज असतो, त्याच्या कलेवर प्रेम करणाऱ्या रसिकांचा तो आदर्श असतो. त्याचे त्रास, त्याची व्यसने वैयक्तिक ठेवली, तर समाजात त्याचा मान टिकून राहण्यास मदत होईल हे नक्की.

'मनाला येईल ते मानधन सांगतो म्हणे...' पण त्याला मनासारखे मानधन देणारे लोक आहेतच ना? आणि त्याने तेवढे कष्ट घेतलेत. तेवढा वेळ घालवला आहे. तेवढे आयुष्य घातले आहे. देणारा देतोय, घेणारा घेतोय. आपण कोण मध्ये लुडबुड करणारे? कधीतरी मानधनाच्या नावावर लुटणारीही मंडळी असतात. आपल्याला येणाऱ्या तोडक्या-मोडक्या ज्ञानाचा फायदा घेऊन, रसिकांची दिशाभूल करून, कलेचे आणि कलाकारांचे नाव खराब करण्यात त्यांना जराही गैर वाटत नाही. कधीतरी अर्ध्या हळकुंडाने पिवळे होणारे कलाकार असतात. त्यांचे पाय जमिनीवर राहत नाहीत आणि मग सुरू होतो माज, कलाकार असण्याचा. मला हेच लागते, मी असेच वागणार, मी हेच करणार, वगैरे.

पण नाण्याच्या दोन बाजू असायच्याच. तशाच इथेही...!

● एक सच्चा कलाकार काय करतो, काय मानधन घेतो, यापेक्षा त्याने समाजाला काय दिले आहे हे बघायला हवे मग कळेल त्याची योग्यता. एक मैफल ऐकली की श्रोत्यांची सगळी दुःखे क्षणात हवेत विरून जातात. एखादे सुंदर चित्र घेऊन जाते मैलोन्‌मैल लांब वेगळ्याच जगात! एखादे कथाकथन घेऊन जाते एका वेगळ्या काल्पनिक विश्वात! कधी या आनंदाची पैशांत किंमत करून बघितली, तर लक्षात येईल, असे मोल नाहीच लावता येत. कारण कलेला मोल नसते हेच खरे!

● तो अखंड देत आहे, वर्षानुवर्षे. आपल्यासाठी. एका शब्दाच्या कौतुकाचीही अपेक्षा न करता चालूच असतात त्याचे कष्ट... दिवसरात्र. फक्त स्वतःच्या आणि श्रोत्यांच्या आनंदासाठी...!

● कुणी त्याच्याबद्दल चांगले बोलो अथवा वाईट. तो कायम आनंदच देत राहणार निरपेक्षपणे...!

● त्याच्यासाठी वेगळे काही करत नसलो, तरी किमान त्याला वाईट ठरवायला नको.

● कलाकार असला, तरी सर्वसामान्य माणूस आहे तो. चुकला असेल कधीतरी खासगी आयुष्यात... नसेल जमले गणित संसाराचे... असतील त्याला न पचवता येणारी दुःखे. अशात आपण समजून घ्यायला नको का त्याला? तेवढेच करू शकतो आपण त्याच्यासाठी... एक खरा, समजूतदार रसिक म्हणून...!

गायकाचे गुणदोष

आदर्श गवई कसा असावा आणि सामान्यपणे गायकामध्ये कोणते गुणदोष असतात याचा ऊहापोह शास्त्रामध्ये करण्यात आलेला आहे. ते सर्व गुण प्रत्येक गवयामध्ये असतीलच असे नाही; पण त्यातले जास्तीत जास्त गुण अंगीकारल्यास एक आदर्श गवई तयार होईल हे मात्र नक्की. त्या सर्व गुणदोषांचा आपण इथे आढावा घेऊ.

गायकामधील अपेक्षित गुण

- गायकाचा आवाज मधुर असावा.
- नवीन काही शिकण्याची वृत्ती असावी.
- आवाजातून रागाचे स्वरूप नैसर्गिकरीत्या आणि विनासायास व्यक्त व्हावे.
- गायनाने श्रोत्यांवर मोहिनी घालून रंजन करण्याचे कौशल्य असावे.
- श्रेष्ठ गायकांकडून श्रद्धापूर्वक विद्या संपादन केलेली असावी.
- विद्येबरोबर नम्रपणा असावा.
- राग-रागिण्यांचे परिपूर्ण ज्ञान असावे.
- गायनातून रागलक्षणे स्पष्ट दिसून यावीत.
- टीका पचवण्याची ताकद असावी.
- रागरूप व्यक्त करताना अत्यंत कल्पकता आणि प्रतिभा असावी.
- लय-तालाचे सूक्ष्म ज्ञान असावे.
- नियमित रियाज करत असावा.
- ज्येष्ठ कलाकारांप्रति आदर असावा.

गायनात दिसून येणारी मोहकता, माधुर्य, स्पष्ट आणि योग्य वर्णोच्चार, निर्भय आणि साफ आवाजात गाणे, तिन्ही स्थानांतील स्वर स्पष्ट आणि योग्य प्रकारे लावणे, आवाज योग्य ठिकाणी लहानमोठा करणे, ताल आणि लय बरोबर सांभाळणे, योग्य जागी

विराम घेणे, गीताचा अर्थ समजून बंदिश वठवणे इत्यादी गोष्टी मुख्यत्वे गायकाच्या गुणांमध्ये अध्याहृत आहेत.

शास्त्रीय संगीत गाणाऱ्या गायकाचे उत्तम, मध्यम आणि अधम असे तीन भेद आहेत. रागाचा आरंभ, विस्तार आणि शेवट करण्याचे ज्ञान, विविध राग आणि त्यांची अंगे यांचे ज्ञान, रागांचे ज्ञान, तालबद्ध आणि लयबद्ध गाण्याची निपुणता, तिन्ही सप्तकांत सहज गाण्याची क्षमता, गमक प्रयोग करण्याची शक्ती, कंठाची वशता, तालाचे ज्ञान, गाण्यासाठी श्रम करण्याची तयारी, घराणेदार गाण्याची पद्धती, दोषरहित गाणे हे सर्व उत्तम गायकाचे गुण मानलेले आहेत. जो गायक सदोष गातो, तो अधम समजावा.

शास्त्रामध्ये आदर्श गायकाची दहा लक्षणे सांगितली आहेत. ती म्हणजे, सुरेल, प्रसन्न, उत्तम उच्चार करणारा, वेगवेगळ्या तालात सहज गाणारा, आनंदी वृत्ती ठेवून गाणारा, मधुर आवाजाचा, सुरुवातीचे आणि शेवटचे स्वर स्पष्ट दाखवणारा, सुकुमारपणे व्यक्त होणारा असा तो श्रेष्ठ गायक होय.

गायकाचे दोष

- नीरस आणि कर्कश आवाजात गाणे किंवा अति मोठ्या आवाजात गाणे.
- डोळे मिटून, तोंड वेडेवाकडे करत गाणे.
- वेडेवाकडे हातवारे करणे.
- रागनियम न सांभाळणे.
- बेताल आणि लय न सांभाळणे.
- भीत भीत आणि चोरटा आवाज लावणे किंवा गाताना आत्मविश्वासाचा अभाव असणे.
- आवाजामध्ये कंप असणे.
- अनुनासिक स्वर लावणे.

- गर्वाने किंवा अभिमानाने गाणे.
- गाताना मध्येच थकून जाणे.
- सारखा घसा साफ करत खाकरत गाणे.
- अस्पष्ट शब्दोच्चार करणे.
- अनावश्यक स्वरांचा समावेश करणे किंवा रागशुद्धता न राखणे.
- गाताना कष्ट होत आहेत असे जाणवणे.
- कौतुकासाठी हपापलेला असणे.

गायन कसे असावे याबद्दल अनेक तज्ज्ञांनी लिहून ठेवले आहे. त्यामध्ये गायनप्रकारांचा उल्लेख आढळतो. ते भेद असे; सात्त्विक, राजस आणि तामस गायन.

- **सहज सात्त्विक गायन :** असे गायन ज्यामध्ये सात्त्विक भाव आहेत, ज्या आवाजामध्ये स्वाभाविकता आहे, ज्या गायनातील माधुर्य ऐकता क्षणी मनाला आकर्षित करते, असे गायन सात्त्विक म्हणून ओळखले जाते.

- **राजस गायन :** ज्या गायकाचे स्वरांवर मन एकाग्र न होता गायनात कंप असतो, ज्या गायकाला चपळतेची अधिक आवड असते, रागाचे संथ, शांत स्वरूप न दाखवता जो द्रुत ताना घेऊ लागतो, ज्याची द्रुत लयीत गायची प्रकृती जास्त असते, त्याला विलंबित लय साधता येत नाही. असे गाणे राजस गायन म्हणून ओळखले जाते.

- **तामस गायन :** या उलट चंचल प्रकृतीचे राग शांतपणे, विलंबित लयीत गायल्यास त्याला तामस गायन संबोधले जाते. तामस गायनात स्वाभाविकता सुटते आणि गाताना अनेक चुका होताना दिसून येतात.

जे चांगले आहे ते समजण्याचे ज्ञान श्रोत्यांना असणे आवश्यक आहे. कोणते गाणे चांगले, कोणता गायक चांगला याचे भान श्रोत्यांना असेल, तरच चांगल्या कलाकृतीचा अनुभव घेता येईल. श्रोते जाणकार असतील, तरच बरेवाईट समजू शकतील. चांगले संगीत ऐकण्याचाही रियाज असावा लागतो. रत्नाची पारख जशी कोणालाही असू शकत नाही, ते जाणायला रत्नपारखीच असावा लागतो, तसेच श्रोतेसुद्धा रत्नपारखी असावे लागतात. रत्नपारखी जसे चांगले रत्न ओळखून तेच दागिन्यांमध्ये वापरतात, तसेच रत्नपारखी श्रोते चांगल्या कलाकृतीमागे धावतात. गाणे जर रत्नासारखे मौल्यवान असेल, तरच गाण्याला गर्दी होताना दिसते.

संगीत समीक्षा

संगीत ही कला मुळात भावनांच्या अभिव्यक्तीकरिता उपयोगात आली. संगीत हे अभिव्यक्तीचे साधन आहे आणि त्याची प्रतिक्रिया म्हणून संगीत समीक्षा जन्माला आली. एखाद्या कार्यक्रमात जेव्हा गायक कलाकार रसिकांसमोर एक सौंदर्यक्षेत्र निर्माण करतो, तेव्हा रसिक सुखावतात. आनंदप्राप्तीचा मूळ हेतू सिद्धीस जातो. मात्र अशा आस्वादकांमधला संगीत समीक्षक, या आनंदप्राप्तीची कारणे डोळसपणे शोधू लागतो. मैफल का रंगली किंवा का रंगली नाही याबाबत समीक्षक त्याचे विचार मांडतो. कोणतेही सिद्धान्त हे कलासापेक्ष असतात. म्हणूनच समीक्षेमध्येही कालमानापरत्वे बदल घडत असतात. भरतमुनींनी लिहिलेल्या भरतनाट्यशास्त्र या संगीतावरील प्राचीन ग्रंथात संगीत समीक्षेबद्दल सविस्तर सांगितले आहे.

रसिकाने उत्तम कलाकृतीचा आस्वाद कसा घ्यावा, तसेच कलाकृतीचे मूल्यांकन याबाबतचे विचार म्हणजे समीक्षा. कोणत्याही कलेचा आस्वाद घेण्याकरिता त्या कलेची मूल तत्त्वे आणि सिद्धान्त आवश्यक असतात. समीक्षा करण्यासाठी याच सिद्धान्तांची आणि निकषांची गरज भासते. संगीत समीक्षेमध्ये गायन, वादन आणि नृत्य या तिन्ही कलांची समीक्षा येते. यामध्ये घटकांचा आस्वाद घेणे, योग्यायोग्यतेचा निर्णय देणे महत्त्वाचे असते. संगीताचे हे निकष अभिरुचीवर अवलंबून असतात आणि अभिरुची कायम बदलत असते. त्याचे भान ठेवून समीक्षा करणे महत्त्वाचे असते. कंठसंगीत समीक्षेमध्ये अंतर्भूत असणारे सिद्धान्त म्हणजे रस, ध्वनी, नावीन्य, समतोलपणा, सुसूत्रता, पुनरावृत्ती, नियमितता, बदल, ताल, लय, संवाद तत्त्व, आकृतिमयता, कलावंताचे चैतन्य, व्यक्तित्व, आवाज, बुद्धिमत्ता वगैरे. कंठसंगीतामध्ये समीक्षेचा एक निकष जर गायकाचा आवाज असेल, तर या आवाजाबद्दल समीक्षकाने विवेचन करणे अपेक्षित असते. त्या विवेचनातून त्याचे निकष समोर येणे महत्त्वाचे असते. आवाज मधुर, आसयुक्त, घुमारदार आणि भावदर्शी असल्यावर गायन यशस्वी होते. अशा प्रकारे निश्चित झालेले निकष हे मूल्यमापनासाठी महत्त्वाचे ठरतात. कंठ संगीताच्या

सादरीकरणातून सापडलेल्या संकल्पनांच्या आणि तत्त्वांच्या अनुभवातून संगीत समीक्षेचे निकष ठरत जातात. या निकषांपासून सिद्धान्त निर्माण होतात.

समीक्षा करताना खालील गोष्टींचा विचार होणे महत्त्वाचे असते.

- गायनाविष्काराचा हेतू
- गायक कलाकाराचा परिचय आणि त्याची शैली
- गायलेल्या रागांचा आढावा, ख्यालाच्या बंदिशींचा अर्थ आणि वैशिष्ट्ये, स्वर, लय आणि तालांचा सांगीतिक परिणाम
- गायकाने सादर केलेला रागविषयीचा तपशील, सादरीकरणातील वेगळेपणा, सौंदर्यस्थळे, रागविस्ताराचा तपशील, गायकाच्या शैलीविषयी, परंपरेविषयी, घराण्याचे वैशिष्ट्ये
- एकूण सादरीकरणाविषयी मूल्यमापन आणि टिप्पणी
- रागाच्या आविष्कारामागील अपेक्षा आणि अपेक्षापूर्ती
- आविष्कारामागील भूमिका, श्रोत्यांचा प्रतिसाद
- आयोजकांची भूमिका आणि आयोजनातील वैशिष्ट्ये
- कार्यक्रमाचे स्थळ, वेळ, वातावरण
- उपस्थित श्रोतृवर्गाची श्रवणपातळी व प्रतिक्रिया
- गायक कलाकाराचे व्यक्तिमत्त्व त्याची जडणघडण, साधना, तपश्चर्या याविषयी मौलिक माहिती

याव्यतिरिक्त समीक्षेच्या अभिव्यक्तीसाठी आवश्यक अशा समीक्षकाची लेखनशैली हीदेखील महत्त्वाची असते. प्रत्येक समीक्षक त्याची विचारसरणी, भाषा, मांडणी, उपमा, प्रतिभा इत्यादींमधून त्याची समीक्षा प्रभावी करण्याचा प्रयत्न करत असतो. प्रत्येक समीक्षेतून समीक्षकाची लेखनशैली समृद्ध होत जाते, ज्यामुळे समीक्षकाची स्वतंत्र ओळख निर्माण होते. संगीत समीक्षकाच्या विशिष्ट अंतर्दृष्टीमुळे सामान्य रसिकांच्या दृष्टीला न जाणवणारे असे काही तो आपल्या सूक्ष्म अवलोकनातून टिपून घेतो. समीक्षकाच्या वैचारिक जाणिवा ज्याप्रमाणे प्रगल्भ होत जातात, त्याप्रमाणे त्याचे अवलोकन आणि

अवलोकनाची पद्धत सुधारत जाते. समीक्षकाजवळ तरल, तीक्ष्ण आणि तर्कशुद्ध बुद्धिमत्ता असणे फार महत्त्वाचे असते, ज्याच्या जोरावर गायनाकृतीच्या सर्व अंगांना वेगवेगळे करून तो पुनःपुन्हा न्याहाळून बघत असतो. समीक्षकाला जाणवलेला ताणही रसिकांपर्यंत पोहोचवणे त्याचे काम असते. गायनाचा आस्वाद घेणे हे व्यक्तिसापेक्ष तसेच कालसापेक्ष असते. समीक्षकाने त्यासाठी नव्याजुन्या काळातील आस्वादनाच्या दिशा समजून घेणे महत्त्वाचे असते.

या सर्वांमधून रसिकांची भावस्थिती हळूहळू कलावंताची भावस्थिती समजून घेण्याइतकी सक्षम करणे हे खऱ्या समीक्षकाचे यश असते.

संगीत समारोह

पूर्वी दिवाळी झाली, की श्रोत्यांना संगीत समारोहाचे वेध लागायचे. स्वेटर, शाली, कानटोप्या गुंडाळून रात्र-रात्र मैफिली ऐकण्यातले सुख वेगळेच होते. रात्रभर संगीताच्या ओढीने बसलेले हजारो रसिक. स्थानिकच काय, पण बाहेरगावचे आणि परदेशातले श्रोतेही महोत्सवाच्या तारखा बघून पुण्याची वारी निश्चित करत असत. पण संगीत समारोहांना एवढे मोठे स्वरूप प्राप्त होण्याआधी छोटेखानी मैफिली होत असत. सर्वांनी मिळून शास्त्रीय संगीताचा आस्वाद घेणे या पलीकडे दुसरा कुठलाच हेतू त्यामागे नसे. एका खोलीत मावतील इतकेच, पण जाणकार आणि दर्दी श्रोते, मायक्रोफोनविरहित मैफल, फर्माइशी, त्यांची पूर्तता, दिलखुलास दाद, कलाकारांशी थेट संवाद, त्यांना जवळून अनुभवण्यातले सुख! अहाहा! अशा मैफिलींची सर मात्र कुठल्याच मैफिलीला येऊ शकत नाही.

हळूहळू अशा छोटेखानी मैफिली बंद झाल्या. कलाकार आणि रसिक यांच्यामधले अंतर वाढले आणि मैफिलींना समारोहाचे स्वरूप प्राप्त झाले. शास्त्रीय संगीत जास्तीत जास्त लोकांपर्यंत पोहोचावे या उद्देशाने मैफिलीची जागा समारोहांनी घेतली. त्यामुळे शास्त्रीय संगीत एका वेळी अनेक लोकांपर्यंत पोहोचले. अनौपचारिक बैठक औपचारिक झाली. कलाकार आणि रसिक यांच्यामध्ये रंगमंच, तिकिट, जाहिरात यांसारख्या अनेक गोष्टी आल्या. रसिक वाढले, तसे बसण्यासाठी प्रशस्त जागा, आसनव्यवस्था, पार्किंग, ध्वनिव्यवस्था वगैरे गोष्टी क्रमप्राप्त झाल्या. मैफिलींचा खर्च वाढला तसे प्रायोजक आले. प्रायोजकांच्या मागण्या, त्यांची ढवळाढवळ आली. रसिकांना आकृष्ट करण्यासाठी नामांकित कलाकार आले. कलाकार नामांकित, तसा प्रायोजक मोठा गाठणे महत्त्वाचे झाले. एका कलाकारापेक्षा अनेक कलाकार असल्यास जास्त रसिक आकृष्ट होतात, या उद्देशाने मैफिलीत कलाकारांची संख्या वाढली. तीन तासांच्या मैफिलीत तीन वेगळे कलाकार आले. कलाकारांच्या गायन-वादनाचा वेळ कमी झाला. प्रत्येक कलाकाराला जेमतेम एक तास दिला जाऊ लागला. प्रतिभेवर मर्यादा आल्या आणि घड्याळ बघून

प्रतिभा खुलू लागली. तुटपुंजी वेळ, त्यात नामांकित कलाकार आणि दर्जेदार संगीत यांचा ताळमेळ बसवणे अवघड झाले. रागविस्तार कमी झाला आणि चमत्कृतीपूर्ण सादरीकरणाचे महत्त्व वाढले. कमीत कमी वेळेत रसिकांना आकृष्ट करून एका जागी खिळवून ठेवणारे गायक श्रोत्यांना जास्त पसंत पडू लागले.

आयोजकांच्या दृष्टिकोनातून प्रायोजक मिळवणे एक महत्त्वाचे काम होऊन बसले. प्रायोजकांकडून नामांकित, प्रसिद्धीची वलये असलेल्या गायकांची मागणी होऊ लागली. बुजुर्ग, तज्ज्ञ आणि अनुभवी गायकांपेक्षा टाळ्या मिळवणारे गायक मैफिलीतून जास्त दिसू लागले. दूरदर्शनच्या माध्यमातून प्रसिद्ध असलेले, चर्चेत असलेले कलाकार प्रसिद्धीच्या झोतात येऊ लागले. ज्ञान आणि प्रसिद्धीचा संबंध कमी होत गेला.

अशा प्रसिद्ध कलाकारांना ऐकण्यासाठी आणि बघण्यासाठी गर्दी जमू लागली. तिकीट दरांप्रमाणे श्रोते लांब गेले. समारोहात प्रसिद्ध गायकांबरोबर नवोदित गायकांनाही संधी मिळू लागली. याने नवीन कलाकारांना मंचही मिळाला आणि प्रसिद्ध गायकाच्या बिदागीचा खर्चही कमी झाला. अशा समारोहांमध्ये कलाकारांना गायला मिळणे हा एक प्रतिष्ठेचा विषय झाला.

कलाकारांच्या दृष्टीतून कार्यक्रम मिळवण्यासाठी खटपट सुरू झाली. आयोजकांना, संयोजकांना भेटणे, कार्यक्रमासाठी संपर्कात राहणे. ज्यांना हे जमले, त्यांना कार्यक्रम मिळू लागले आणि ज्यांची वर्णी लागली नाही असे कलाकार मात्र छोट्यामोठ्या कार्यक्रमांवर समाधानी राहिले.

भारतीय बैठक, त्यापुढे खुर्च्या आणि त्याहीपुढे सोफे आले. कलाकारांना जवळून ऐकण्यासाठी, पाहण्यासाठी महाग तिकीट काढण्याची तयारी आणि ऐपत असणे आवश्यक झाले. यातून जाणकार श्रोता लौकिकार्थाने दुरावला. सच्चा सूर ऐकून डोळ्यांत पाणी येणारा श्रोता कमी झाला आणि कलाकाराची तयारी ऐकून टाळ्या वाजवणारा श्रोता वाढला. शास्त्रीय संगीताबद्दल आवड असणाऱ्या श्रोत्यांपेक्षा, प्रतिष्ठा म्हणून शास्त्रीय संगीत ऐकणाऱ्या श्रोत्यांची संख्या वाढली. अशा श्रोत्यांना संगीताची आवड अर्थातच कमी असल्याने संगीताबरोबर इतर गोष्टीही महत्त्वाच्या झाल्या. रंगभूषा, वेषभूषा, रंगमंच सजावट या सर्व गोष्टींना महत्त्व प्राप्त झाले. मैफिलीचे सौंदर्य यांतून वाढले, पण ऐकणाऱ्याची एकाग्रता कमी झाली. प्रख्यात सनईवादक बिस्मिल्ला खान यांनी एका मैफिलीत उद्‌गार काढले होते, *''यह लोग हजारों रुपए हम पर खर्च करते हैं, मगर गाने का मजा ना खुद उठाते हैं, ना दूसरों को उठाने देते हैं!''*

टाळ्या मिळवणे आणि टाळ्या देणे यामध्ये शास्त्रीय संगीत बदलत गेले आणि श्रोत्यांची अभिरुचीही बदलत गेली. आज संगीत समारोहात शास्त्रीय संगीताचे स्वरूप

बदलले तरी अनेक बुजुर्ग कलाकार ते टिकवून ठेवण्याचा प्रयत्न करतात.

कोरोनामुळे लागू केलेल्या लॉकडाऊनच्या परिस्थितीत प्रत्यक्ष मैफिलीच्या आनंदापासून रसिक दुरावला गेला आहे. मैफिलीला जातानाची मन:स्थिती, मैफिलीचे वातावरण, प्रत्यक्ष अनुभव, मैफल ऐकतानाची एकाग्रता हे सगळे ऑनलाईन, आभासी मैफिलीत अनुभवता येणे शक्य नाही. घरात एखादे काम करता करता ऑनलाईन मैफल ऐकून त्याचा आनंद मिळूच शकत नाही. कलाकाराच्या दृष्टीतून श्रोत्यांच्या गैरहजेरीत एका स्क्रीनकडे बघून गाणे, त्यावर येणारे लाईक्स बघणे आणि ऑनलाईन येणाऱ्या प्रतिक्रिया वाचणे, हे तर दिव्यच! समेची दाद दोन मात्रा सोडून यायला लागल्यावर कलाकाराची तरी एकाग्रता कशी व्हावी?

स्वरलिपी

कुठल्याही भाषेचा विचार करताना लिपी महत्त्वाची असते. अनेक विचार, सुंदर कल्पना या भाषेच्या माध्यमातून व्यक्त करता येतात. एखादा विचार कायमस्वरूपी टिकून ठेवण्यासाठी आणि आदान-प्रदान करण्यासाठी भाषा महत्त्वाची ठरते. संगीतातही बंदिशी, सांगीतिक रचना, चाली जतन करून ठेवण्यासाठी स्वरलिपी उपयोगी पडते. परंतु पूर्वीच्या काळी हिंदुस्थानी संगीतात स्वरलिपी अस्तित्वात नव्हती. गुरुमुखातून प्राप्त केलेले ज्ञान पाठांतर करूनच जतन केले जाई आणि एका पिढीकडून दुसऱ्या पिढीकडे ते सुपूर्द होत असे. एखादी बंदिश किंवा पलटा गुरूंनी शिकवल्यावर वारंवार घोकून पाठ केला जाई; पण या पाठांतर पद्धतीतला एक मोठा दोष असा की, पाठांतरात काही त्रुटी राहिल्या तर त्या मौखिक परंपरेतून तशाच पुढे जात. याच कारणामुळे पूर्वीच्या अनेक बंदिशींतल्या शब्दांचे अपभ्रंश झालेले दिसतात. पाठांतर केलेली गोष्ट विस्मरणात गेली, की ती शिष्यांकडे सुपूर्द होणे अवघडच. शिवाय पाठांतरालाही मर्यादा असतातच. जशी स्वरलेखन पद्धती अस्तित्वात आली, तसे अपभ्रंशाचे प्रमाण कमी होत गेले आणि बंदिशी, चाली आणि सांगीतिक रचना त्यांच्या मूळ स्वरूपात जतन होऊ लागल्या.

गायन, वादनातील स्वरबद्ध लेखन म्हणजे स्वरलेखन. स्वरलिपी म्हणजे एखादी चाल, त्याची लय, गती, त्यांतले विराम या सगळ्याची स्वरांच्या साहाय्यातून केलेली मांडणी. थोडक्यात स्वरलेखन म्हणजे एखाद्या चालीचे छायाचित्र. जसे साहित्याचे लेखन शब्दांच्या माध्यमातून होते, तसे संगीताचे लेखन स्वरांच्या माध्यमातून होत असते. तीच संगीताची स्वरलिपी. पारंपरिक बंदिशी, चाली या स्वरलेखनामुळे आजही सहज उपलब्ध आहेत आणि स्वरलिपीचे ज्ञान असल्यास कोणीही सांगीतिक रचना वाचून ती सहज आत्मसात करू शकते.

स्वरलेखनाचा दुसरा फायदा असा की, सुगम संगीताच्या क्षेत्रात स्वरलेखन वाचून वादक तत्काळ गाण्याचे संगीत (म्युझिक) वाजवू शकतात. हे स्वरलेखन बहुत करून पाश्चात्य पद्धतीचे स्वरलेखन असते. त्याला 'स्टाफ नोटेशन' असे म्हणतात.

सिनेसंगीताच्या क्षेत्रात तर स्वरलेखनाचा फारच फायदा होतो. पूर्वी सर्व गायक–वादकांचा संच एकत्र सराव करून गाणे ध्वनिमुद्रित करत आणि त्यात सर्वांचा बराच वेळ खर्च होई; पण आज तांत्रिक प्रगतीमुळे ध्वनिमुद्रणाच्या वेळी जो तो स्वत:च्या सोयीनुसार आपल्या गायन–वादनाचा भाग पूर्ण करत असतो. अशा वेळी संगीतकाराने स्वरलेखन करून ठेवले असल्यास जो तो वादक ठरावीक गाण्यात आपले काम बिनचूक करू शकतो. अर्थात त्याचे वेगवेगळे फायदे–तोटे आहेतच. पाश्चात्य देशात गायक–वादकांचे मोठमोठे संच एका वेळी मोठमोठाल्या रचना बिनचूक वाजवतात, ते स्वरलेखनामुळेच.

भारतीय संगीत मुळात एक मुक्त आविष्कार आहे. गायक किंवा वादक मंचावर काय गाणार किंवा वाजवणार हे सर्वस्वी कलाकाराच्या त्या वेळेच्या प्रतिभेवर अवलंबून असते. एकदा का कलाकार राग प्रस्तुतीकरणामध्ये तल्लीन झाला, की एक राग एक–एक तास आळवला जातो. तो राग कसा रंगत जातो हे कलाकाराची तयारी, मन:स्थिती, सहकलाकार, श्रोते, ध्वनिव्यवस्था अशा अनेक गोष्टींवर अवलंबून असते. म्हणून एकच राग प्रत्येक मैफिलीमध्ये वेगळा उमटतो. अशा रागाचे स्वरलेखन करणे केवळ अशक्य गोष्ट आहे आणि म्हणूनच भारतीय संगीतात स्वरलेखन पद्धतीचा उपयोग मर्यादित आहे.

भारतीय संगीतात पं. विष्णु नारायण भातखंडे आणि पं. विष्णु दिगंबर पलुस्कर यांनी स्वरलेखनासाठी फार मोलाचे योगदान दिले आहे. बहुतेक कलाकार याच पद्धतीचा उपयोग करताना दिसतात. संगीताच्या परीक्षा उत्तीर्ण होण्यासाठी स्वरलेखनाचा अभ्यास करावा लागतो; पण त्याव्यतिरिक्त कलाकारांचा स्वरलेखनाचा अभ्यास फार कमी प्रमाणात दिसतो. वर उल्लेखलेल्या दोन पद्धतींव्यतिरिक्त अनेक कलाकार आपल्या सोयीप्रमाणे स्वरलेखन करत असतात. आपल्या सोयीप्रमाणे केलेल्या लेखनातून स्वत:ची रचना संकलित करता येते; पण अनेक कलाकारांना पुस्तकातील स्वरलेखन पद्धती सहज वाचून गाता येत नाही. याच कारणामुळे बंदिशींच्या स्वरलिपीबरोबर बंदिशींची सीडी देण्याचा प्रघात रूढ झाला आहे.

पूर्वीच्या काळी गुरूंनी शिकवलेली कुठलीही नवीन गोष्ट घोकून पाठ करण्याचा गुरूंचा आग्रह असायचा. गुरूंची नाराजी पत्करून किंवा गुरूंच्या परोक्ष बंदिशी लिहून घेतल्या जात असत. हळूहळू काळ बदलला, तसे बंदिशींचे स्वरलेखन होऊ लागले; पण गेल्या काही शतकांत त्याचे प्रमाण पुन्हा कमी झाले आहे. आजकाल बंदिश शिकून झाली, की रेकॉर्ड करायची पद्धत रूढ झाली आहे. बंदिश विसरली की लगेच ऐकण्याची सोय असल्यामुळे लिखाणाचे महत्त्व कमी झाले. याच कारणामुळे स्वरलेखनाचे महत्त्व

दिवसेंदिवस कमी होत आहे. स्वरलेखन करताना कमीत कमी चिन्हांमध्ये जास्तीत जास्त अर्थ स्पष्ट करण्याचा प्रयत्न असतो. स्वरलेखन बघून संगीतकाराला अभिप्रेत असलेली सांगीतिक रचना जशी अभिप्रेत आहे तशी गाता किंवा वाजवता यावी, असा उद्देश असतो. ज्या स्वरलेखनातून चाल पूर्णपणे स्पष्ट होते अशी पद्धती आदर्श स्वरलेखन पद्धती असते. अशा स्वरलेखनातून शुद्ध, कोमल आणि तीव्र स्वर स्पष्ट केले जातात. मंद्र, मध्य आणि तार सप्तकांतले स्वर वेगळे लिहिले जातात. मींड, खटका, कणस्वर यांचा उल्लेख केला जातो. याव्यतिरिक्त आवर्तन संपल्याची खूण, विरामाच्या जागा त्यातून कळून येतात. तालाची सम, खाली, टाळीच्या मात्रा यांचा उल्लेख केलेला दिसतो. चालीचा सांगाडा अशा स्वरलिपींमधून स्पष्ट उभा राहतो. असे असले, तरीसुद्धा गुरुमुखातून शिकलेल्या बंदिशीची सर स्वरलिपीमधून येऊ शकत नाही हे खरेच, कारण शेवटी संगीत ही गुरुमुखी विद्या आहे.

संगीताचे महत्त्व

संगीताची आवड असो किंवा नसो, प्रत्येकाच्या आयुष्यात संगीताला अनन्यसाधारण महत्त्व असते आणि ते असायला हवे. कारण संगीत श्रवणातून आणि त्याहीपेक्षा स्वत: गायलेल्या गाण्यातून आणि केलेल्या वादनातून अनेक प्रकारचे फायदे शरीरावर आणि मनावर होत असतात. संगीताचा परिणाम सर्व सजीवांवर होतो. प्रयोगातून असे सिद्ध झाले आहे की, संगीत ऐकवल्यावर गायी-म्हशी अधिक दूध देतात, वनस्पतींची लक्षणीय वाढ होते. संगीत श्रवणातून अनेक दृश्यात्मक परिणाम दिसून येतात. तसाच परिणाम मानवी मेंदूवरही होतो. मानवी मेंदूचे डावा आणि उजवा असे दोन भाग असतात. त्यांपैकी डाव्या भागामध्ये अधिक केंद्रे असतात, ज्यामध्ये भाषा, गणित, सारासार विचार यांसारख्या गोष्टी कार्यरत होतात; तर उजवा भाग निर्मिती, कला, सर्जनशीलता यांसारख्या गोष्टींसाठी कार्यरत असतो. सर्वसामान्यपणे माणसाचा डावा मेंदू अधिक कार्य करत असतो. उजवा मेंदू विशेष वापरला जात नाही. परंतु, मेंदूचे दोन्ही भाग कार्यरत असणे महत्त्वाचे आहे. शरीराच्या तंदुरुस्तीसाठी अनेक प्रयत्न केले जातात, परंतु मेंदूच्या तंदुरुस्तीसाठी क्वचितच प्रयत्न केले जातात. शरीराइतकाच मेंदूही महत्त्वाचा आहे. कुठल्याही कलेमुळे उजव्या मेंदूची कमी अधिक केंद्रे जागृत होत असतात. संगीतामधून उजव्या मेंदूची सर्वात जास्त, म्हणजेच तब्बल सतरा केंद्रे जागृत होत असतात आणि म्हणूनच संगीताची आवड असो वा नसो, आवाज चांगला असो वा नसो, प्रत्येकाने संगीताचा आनंद घेणे मेंदूच्या दृष्टीने फायद्याचे असते.

मेंदूच्या सर्वांगीण विकासासाठी संगीतापेक्षा प्रभावी माध्यम अस्तित्वात नाही. आजच्या धकाधकीच्या आयुष्यात प्रत्येक सामान्य माणसाला नावीन्याची, सकारात्मकतेची गरज आहे. संगीतातून मानसिक आरोग्य सुधारते आणि परिणामी शारीरिक आरोग्य चांगले

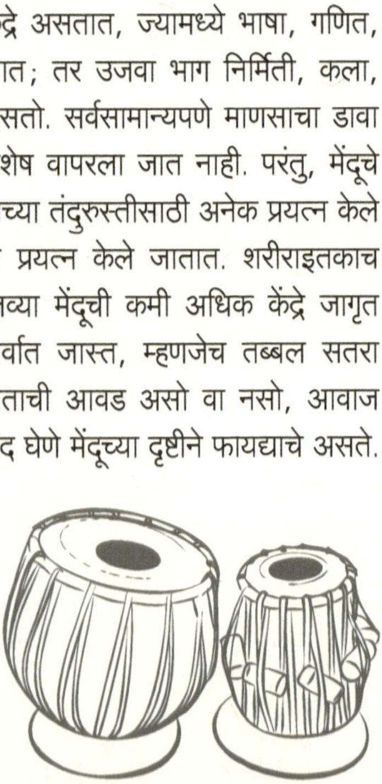

राहते. संगीताची आवड असो किंवा नसो, संगीत श्रवणातून प्रत्येकाला सकारात्मक ऊर्जा मिळत असते.

संगीतापासून होणारे फायदे अनेक आहेत:

- आरोग्य चांगले राहते.
- स्मरणशक्ती, एकाग्रता वाढते.
- रागावर नियंत्रण मिळवता येते.
- शारीरिक आणि मानसिक आजारांची तीव्रता कमी होते.
- ताणतणाव कमी होतो.
- मन प्रसन्न राहते.

संगीत ऐकणे जितके फायद्याचे आहे त्याहीपेक्षा स्वत: गाणे अधिक महत्त्वाचे आहे हे प्रयोगाअंती सिद्ध झालेले आहे. गाण्याचा मूळ पाया म्हणजे भावनांचे प्रकटीकरण. मनुष्य आनंदात असला की आपोआप गुणगुणू लागतो. स्नान करताना अतिशय प्रसन्न आणि ताजेतवाने वाटते; म्हणूनच अनेक लोक बाथरूममध्ये गाणे गातात. अशा भावना प्रकट होणे निरोगी शरीरासाठी अत्यंत महत्त्वाचे असते. परंतु गाता येत नाही किंवा इतर लोक ऐकतील या भीतीने गायले जात नाही आणि भावना दाबल्या जातात आणि गाणे केवळ बाथरूमपुरते मर्यादित राहते. असे न करता प्रत्येकाने गाण्यातून व्यक्त झाले पाहिजे. याचे मुख्य कारण असे की, कितीही गोड आवाजाच्या किंवा अत्यंत तयारीच्या गायकाचे गाणे ऐकले, तरी आपल्या मेंदूवर सर्वात जास्त परिणाम होतो तो स्वत:च्या आवाजाचा. मेंदू अधिक कार्यक्षम राहण्यासाठी स्वत:चा आवाज सर्वात प्रभावी असतो. याच कारणामुळे प्रत्येकाने आवाजाची तमा न बाळगता मनसोक्त गायले पाहिजे.

सध्याच्या युगात ताणतणावाची पातळी दिवसेंदिवस वाढत चालली आहे. काम, कामाच्या वेळा, ट्रॅफिक, नात्यांमधले चढउतार वगैरेंसारख्या असंख्य कारणांमुळे मनावर ताण निर्माण होत असतो. असा ताण शरीरात नकारात्मक ऊर्जा निर्माण करतो, ज्याने नकारात्मक संप्रेरक (निगेटिव्ह हार्मोन्स) तयार होतात. अशा वेळी शरीर साठवलेली ऊर्जा वापरते आणि ताण कमी करण्याचा प्रयत्न करते. अशी साठवलेली ऊर्जा खर्च झाली, की प्रतिकारशक्ती कमी होते आणि रोगाला आमंत्रण दिले जाते. हे सर्व टाळण्यासाठी संगीत ऐकणे महत्त्वाचे ठरते. संगीत श्रवणातून ताण कमी होतो आणि शरीराने साठवलेली ऊर्जा खर्च होत नाही.

मेंदूच्या पेशींचा आकडा प्रत्येक माणसामध्ये सारखा असतो. मेंदूच्या पेशींमधले तंतूंचे जाळे जितके दाट, तितका मेंदू तल्लख. मेंदूच्या वाढीच्या वयामध्ये, म्हणजेच वय

वर्षे दहापर्यंत संगीताचा उपयोग केला गेला, चांगले संगीत कानावर पडले किंवा चांगले संगीत शिकवले गेले, तर त्याचा चांगला परिणाम मेंदूवर दिसून येतो. याच कारणासाठी प्रत्येक लहान मुलाला संगीत शिकवले पाहिजे. गर्भवती महिलांनीदेखील नियमितपणे संगीत ऐकल्यास त्याचा परिणाम गर्भावर दिसून येतो.

आपली पंचज्ञानेंद्रिये म्हणजेच कान, डोळे, जीभ, नाक, त्वचा यांच्याकडून मेंदूला संवेदना पोहोचत असतात. त्यांपैकी कानाच्या माध्यमातून येणाऱ्या संवेदना मेंदूसाठी जास्त महत्त्वाच्या ठरतात. संगीतही कानांमार्फत ऐकले जाते आणि म्हणूनच मेंदूवर त्याचा अतिशय सकारात्मक परिणाम होतो. या सर्व गोष्टींमधून एकच निष्कर्ष निघतो, तो असा की, आवाज, इच्छा, आवड, वेळ, वय या सर्व अडचणी बाजूला ठेवून आपल्या आरोग्यासाठी प्रत्येकाने संगीत शिकलेच पाहिजे. गाणे शिकून उद्याचा तानसेन तयार होवो न होवो, पण एक निरोगी मन आणि शरीर तयार होईल आणि संगीत जगताला एक उत्तम कानसेन मिळेल हे नक्की!

रू. ४९९

भारतातील कोरीव मंदिरे

स्वाती देशपांडे

- हजारो वर्षांपूर्वी बांधण्यात आलेल्या भारतातील कोरीव मंदिरांच्या वैशिष्ट्यांची ओळख
- महाराष्ट्र, कर्नाटक आणि ओडिशा राज्यांतील अप्रतिम कोरीव मंदिरांचा परिचय
- मंदिरांच्या स्थापत्य वैशिष्ट्यांबरोबरच तेथील पौराणिक आणि ऐतिहासिक कथांची माहिती

रू. १९९

भारतीय संस्कृती

साने गुरुजी

- सानेगुरुजींच्या श्रवण, वाचन, कार्य आणि चिंतनाचा अर्क
- जगात जे जे काही सुंदर, शिव व सत्य आहे, ते घेऊन वाढणाऱ्या भारतीय संस्कृतीचा परिचय
- भारतीय संस्कृतीचे अभ्यासपूर्ण व कालसुसंगत चिंतन

रू. २४०

मराठी सण मराठी रेसिपी

अश्विनी डिके

- प्रमुख मराठी सणांची कालक्रमानुसार माहिती
- विविध प्रांतातले, विविध धर्मांचे सण, त्यामागील प्रथा- परंपरा, त्यांचे अर्थ समजून सांगण्याचा प्रयत्न
- वेगवेगळी व्रते व त्यानिमित्त करावयाचे पदार्थ यांची माहिती

www.ingramcontent.com/pod-product-compliance
Lightning Source LLC
LaVergne TN
LVHW100834051026
849519LV00006B/2297
* 9 7 8 9 3 8 9 8 3 4 5 4 3 *